Meðal annars

Börkur Sigurbjörnsson

Meðal annars

örsögur

Urban Volcano

Meðal annars
Börkur Sigurbjörnsson

Kápa: Ana Piñeyro

Myndskreyting: Börkur Sigurbjörnsson

Útgefandi: Urban Volcano

https://urbanvolcano.net/

ISBN 978-9935-9466-7-6

EFNISYFIRLIT

Meðal annars er safn af örsögum sem byggir á hugmyndum sem hafa sprottið upp í huga mínum síðustu árin. Að vissu leyti eru þessar frásagnir hluti af persónulegri listaþerapíu þar sem ég íhuga skynjun mína á heiminum í kringum mig, reyni að skilja hann og átta mig á mínum eigin stað í samhengi hlutanna.

Safnið sem heild hefur ekki sérstakt þema, en nokkur viðfangsefni sem mér eru sérstaklega hugleikin koma fyrir í fleiri en einni sögu, þar sem keimlíkar aðstæður eru skoðaðar frá mismunandi sjónarhornum.

Ég hvet þig til að ösla ekki í gegnum bókina í einni lotu eða finnast þú þurfa að lesa sögurnar í þeirri röð sem þær koma fyrir. Þess í stað mæli ég með að þú lítir á safnið sem félaga sem þú getur heimsótt annað slagið. Bankaðu upp á af og til og veldu af handahófi eina eða tvær sögur til lestrar.

París, 25. júní 2024
    Börkur Sigurbjörnsson

Dögun

Sólin kemur upp handan fjallsins og geislar hennar glitra á stöðuvatninu í botni dalsins. Fuglarnir vakna og hefja söng—flögra frá einni grein til þeirrar næstu og gæða sér á safaríkum berjum í morgunmat. Mýsnar hlaupa eftir tréhandriðinu og feykja flyksum af flagnaðri málningu í allar áttir þegar fætur þeirra mæta snjáðu og rotnandi timbrinu. Refirnir geispa er þeir læðast rólega út úr skógarjaðrinum og inn á túnin til þess að hlýja sér í morgunsólinni. Jaðrakan rótar í moldinni uns hann rekst á eitthvað hart. Hann notar gogginn til þess að draga hlutinn upp á yfirborðið. Mannabein. Hugsanlega hluti af fingri. Á þessum slóðum morar allt í rotnandi leifum þessarar útdauðu skepnu.

Enginn veit með vissu hvernig útrýminguna bar að en kenningar eru á hverju strái. Sumir hallast að einhvers konar sjálfsútrýmingu eða sjálfsofnæmi. Aðrir benda á náttúruhamfarir, eldgos, loftstein eða jafnvel verur frá öðrum hnöttum. Engin veit en allir þykjast vita.

Jaðrakaninn sleppir beininu og kveikir á einbeitingunni. Hann hugsar beinafundinn samviskusamlega inn í alheimssjálfið áður en hann blakar vængjunum og hefur sig til flugs.

Til hamingju með ... ekkert!

Kæra dagbók!

Kæri ég!

Til þeirra sem málið varðar eða varðar alls ekki.

Varð hugsað til Jo í morgun. Fésbókin sagði að hann ætti afmæli. Fannst því tilvalið að senda honum línu. Við höfum alveg misst niður sambandið eftir að við héldum hvor í sína áttina eftir námsárin í Berlín. Við sem náðum svo vel saman á þeim tíma. Sambandið var eitthvað svo áreynslulaust. Það var eins og það væri meitlað í stein af einhvers konar almætti og við þurftum bara að slaka á og fylgjast með því þróast og dafna.

Jo sendir mér afmælisóskir á hverju ári. Ég sendi honum aldrei hamingjuóskir á hans afmæli. Ekki frekar en öðru fólki sem ég hef kynnst í gegnum tíðina. Hvað veldur?

Stundum langar mig að heyra frá fólki en fæ mig samt aldrei til að skrifa þeim að fyrra bragði. Hvað myndi fólk hugsa ef það fengi allt í einu skilaboð frá mér? Hvers vegna er þessi gaur að senda mér eitthvað núna? Eftir öll þessi þöglu ár? Hann sem skrifar annars aldrei. Þyrfti ég ekki að skýra það eitthvað af hverju ég skrifaði núna en ekki áður? Myndu skrifin svo ekki setja einhvers konar móralska pressu á mig til að halda uppi reglulegum skrifum? Pressu sem ég efaðist stórlega um að ég gæti staðið undir til lengri tíma litið.

Ákvað að senda Jo hamingjuóskir þetta árið. Mig langaði virkilega að heyra frá honum. Hvernig sem það myndi líta út. Hvað sem hann myndi hugsa.

Það var ekki auðvelt. Það er vægast sagt óstöðugt efnahagsástandið í hans heimshluta þessa dagana. Myndi honum finnast það ósmekklegt ef ég minntist eitthvað á það í bland við hamingjuóskirnar? Myndi honum finnast það dæmi um fáfræði af minni hálfu eða skort á samkennd ef ég minntist ekkert á ástandið?

Hvað með fréttir af mér? Ætti ég að tína til einhverja mola? Hann hefur nánast ekkert heyrt frá mér í hvað, þrjú, fjögur, fimm ár. Tíminn flýgur. Í hvað hefur hann farið? Hvaða fréttir ætti ég svo sem að segja? Þær nýjustu? Merkustu? Er eitthvað í mínu lífi sem gæti talist í frásögur færandi? Hefði hann yfir höfuð einhvern áhuga á að vita hvað væri af mér að frétta? Væri ég ekki bara að eyða nokkrum dýrmætum mínútum úr hans degi—mínútum sem hann gæti betur notað til þess að halda upp á afmælið sitt?

Á endanum skrifaði ég honum bara einfaldar hamingjuóskir. Ekkert meira. Bara til hamingju með daginn. Búið.

Nú er klukkan að nálgast miðnætti. Það eru sjö tímar síðan ég sendi kveðjuna. Hann er ekki búinn að svara. Hann er ekki einu sinni búinn að kíkja á skilaboðin.

Eitthvað virðist þetta nú hafa misfarist hjá mér. Eins og vanalega.

Norðan nokkurs staðar

Ég sit við gluggann og horfi út í myrkrið. Tignarlegur fjall-garðurinn gnæfir yfir þorpinu eins og konungur sem situr í há-sæti sínu og virðir fyrir sér ríki sitt. Ég gýt augum á klukkuna sem hangir á stofuveggnum, sveiflandi pendúl sínum fram og til baka, teljandi sekúndurnar af mikilli þolinmæði, jafnframt því sem hún sendir endalausa þulu af tikki og takki um ann-ars hljóða stofuna. Hádegi nálgast og hópur fiðrilda losnar úr magahólfi djúpt í iðrum mér. Þau breiðist um allan líkamann og blaka kitlandi vængjum sínum. Ég beini sjónum mínum að fjallinu. Bíð. Og stari út í skuggann.

Það er þreytandi að góna út í geiminn á þess að blikka, en ég er einbeittur, viss um að þrautseigja mín muni á endanum borga sig. Og það gerir hún. Hlutir gerast. Allt í einu. Örlítill sólarbjarmi brýst upp fyrir fjallsbrúnina og glitrar eins djásn á höfðinglegri kórónu. Ég horfi á krýningarathöfn konungs okkar, opinmynntur, numinn af fegurð augnabliksins.

Gjörningurinn varir þó ekki lengi, og áður en ég veit af, hefur ljósið fjarað út og skilið mjóan fjörðinn eftir umvafinn því sama dimma skuggalíni og hefur hulið hann síðustu mánuði.

En pabbi hafði haft rétt fyrir sér.

Þegar ég spurði hann í desember hvert sólin hefði farið, sagði hann hana dvelja handan fjallsins. Þegar ég spurði hann hvort hún kæmi nokkurn tímann aftur, sagði hann afdráttarlaust, já, þann átjánda janúar, rétt eftir hádegi. Þegar ég spurði hann hvers vegna hún hefði yfirgefið okkur, sagði hann það vera vegna þess að við byggjum á heimsenda—norðan nokkurs staðar. Rödd hans var svo döpur að ég ákvað að spyrja ekki frekari spurninga, heldur ákvað að bíða, eins þolinmóður og ég mögulega gat, eftir að nýja árið kæmi, og ég gæti sannreynt orð hans með mínum eigin augum.

Heiðarleg vinna

„Er ekki bara kominn tími til þess að fá sér heiðarlega vinnu?"

Ég veit að þetta var sakleysisleg spurning og hún meinti ekkert illt með henni. Henni var annt um mig. Hún vildi hjálpa mér. Hún taldi mig vera hjálpar þurfi. Spurningin stuðaði mig samt sem áður. Ég túlkaði orð hennar eins og bergmál klisjukennds áfellisdóms samfélagsins yfir mínum lífsstíl.

Mér fannst eins og samfélagið þyldi ekki að ég ynni stopula vinnu sem verktaki og tæki mér tíma þess á milli til þess að hugsa. Tíma til þess að rölta stefnulaust um götur borgarinnar. Tíma til þess að horfa á heiminn snúast í kringum mig. Tíma til þess að fanga orð sem ég fann á förnum vegi, hripa þau niður í stílabók og raða svo saman í ljóð.

Mér var fullkomlega ljóst að samfélagið vorkenndi mér fyrir að leigja herbergiskytru í fyrrum atvinnuhúsnæði í miðbænum þegar því fannst ég hæglega geta verið millistjórnandi í stórfyrirtæki og keypt mér einbýlishús í einu úthverfinu. Samfélaginu fannst ég vera að kasta hæfileikum mínum á glæ með því að rölta hægt um bæinn í stað þess að þeysast um göturnar á Dodge RAM.

Samfélaginu fannst það ekki heiðarlegt af mér að gera ekki allt sem í mínu valdi stæði til þess að hámarka verga landsframleiðslu. Gjaldeyristekjurnar maður! Gjaldeyristekjurnar! Samfélaginu fannst ég ekki borga nógu háa skatta svo að hægt væri að gefa fleiri gagnaverum skattaafslátt til þess að grafa rafmyntir. Það var hneykslað yfir þeim töpuðu tækifærum til þess að nýta græna orku sem löturhægi og órafmagnaði þvælingur minn leiddi af sér.

Samfélagið hafði sínar væntingar og ég var ekki að uppfylla þær.

Samfélagið mátti eiga sig. Ég var sáttur við minn hlut.

Hafðu ekki áhyggjur

Jaime rann kalt vatn milli skinns og hörunds þar sem hann sat við eldhúsborðið og dreypti á morgunkaffinu áður en hann héldi til vinnu. Inn um gluggann sem snéri út að bakgarðinum flæddi kolsvart heimskautamyrkrið inn í agnarsmátt rýmið og hótaði því að kæfa daufa birtuna frá ljósinu í viftunni fyrir ofan eldavélina. Jaime leit upp frá kaffinu, til vinstri og til hægri. Auðvitað var ekki nokkur þar. Ekki frekar en fyrri daginn.

Jaime heyrði þrusk innan úr holinu og fannst sem einhver andaði ofan í hálsmálið á peysunni hans. Hann snéri sér við og horfðist í augu við ekkert annað en staðna skuggana sem

virtust varanlega málaðir á umhverfið. Jaime hristi höfuðið—
það var líklega bara gnauðið í vindinum og eilíft myrkrið sem
var að bora sér inn í sálina.

Fyrir mánuði síðan hafði Jaime flutt til Íslands og tekið
kjallaraíbúð á leigu í miðbæ Reykjavíkur. Hann hafði í fyrstu
verið afar ánægður með íbúðina. Þó lítil væri, þá var hún heim-
ilisleg og greinilega innréttuð af alúð með það fyrir augum að
láta leigjendum líða vel. Eftir því sem tíminn leið þá höfðu
notalegheitin smám saman horfið og Jaime byrjaði að fá það á
tilfinninguna að hann væri ekki einsamall. Hann trúði hvorki
á drauga né aðrar yfirnáttúrulegar verur en hann gat ekki fyr-
ir nokkurn mun hrist af sér tilhugsunina um að hann væri í
óútskýranlegri sambúð. Hann langaði að tala um þetta við
leigusalann sem bjó á hæðinni fyrir ofan en hann var hrædd-
ur um að hún héldi hann væri búinn að tapa glórunni. Sem
var kannski rétt. Ef til vill var hann að ganga af göflunum við
það að rembast við að aðlaga sig að þessum nýstárlega, kalda
og dimma útjaðri heimsins.

Jaime skellti í sig því sem eftir var af kaffinu í einum gúl-
sopa, fór í frakkann, smeygði sér í kuldaskóna, vafði trefil um
hálsinn, setti ullarhúfu á kollinn, þræddi fingrunum í vettlinga,
greip lyklana, rauk út í kaldan morguninn og keyrði leigusal-
ann sinn næstum því um koll í hamaganginum. Hún hafði ver-
ið að moka snjó úr innkeyrslunni.

„Góðan daginn,“ sagði leigusalinn og brosti með öllu and-
litinu milli frostbitinna kinnanna. „Hvernig hefurðu það? Er
allt í lagi í íbúðinni?“

„Daginn... Já... Allt er í fínasta lagi. Íbúðin er snotur og hljóðleg. Og rúmið... Afar þægilegt. Ég er virkilega ánægður.“

„Það er gott að heyra. Þú lætur mig bara vita ef það er eitthvað sem þér líkar ekki við.“

Jaime hikaði eitt augnablik, tvísteig á stéttinni og horfði niður á snæviþakta kuldaskónna.

„Það er... Það er bara eitt smáatriði,“ stamaði hann að lokum.

„Láttu heyra,“ sagði leigusalinn, hallaði sér fram á við og lét þyngdina hvíla á stóru snjóskóflunni.

„Það er að segja... Ég veit að þetta hljómar eins og vitleysa... Ég meina... Þetta hlýtur að vera ímyndun í mér... Ég meina... Þetta getur ekki verið satt... Málið er... Ég hef það bara á tilfinningunni að ég sé ekki einn í íbúðinni.“

„Ó, já, það,“ svaraði leigusalinn, brosið hvarf úr andliti hennar og hún lét augun hvarfla í átt að kjallaradyrunum. „Ég fékk sjáanda til þess að líta við í kjallaranum fyrir nokkrum árum. Hún sagði mér að þar byggi fjögurra manna fjölskylda sem hafði áður búið í kofa þar sem húsið mitt stendur nú. Kofinn hafi hins vegar brunnið ásamt sínum íbúum skömmu áður en að núverandi hverfi byggðist.“

Jaime fann vöðvana stirðna, munnurinn þornaði upp og hnútur tók að myndast í maganum. Hann var ekki viss um það hvort hann ætti að hlæja eða gráta yfir því að lygilegur grunur hans hafði verið staðfestur.

„En, hafðu engar áhyggjur,“ hélt leigusalinn áfram og brosið færðist á ný yfir andlitið. „Þetta eru víst allt góðar sálir.“

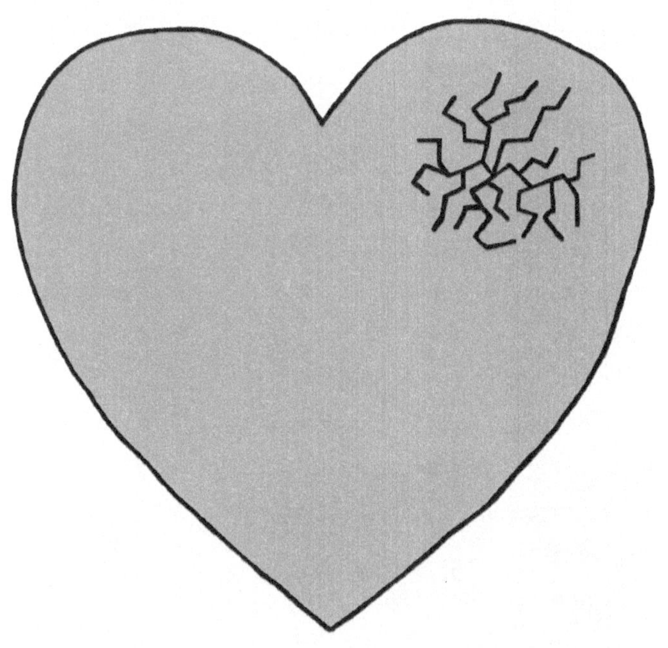

ÁST VIÐ FYRSTU SÝN

Ég leit upp þegar þú gekkst inn á kaffihúsið. Hárið féll yfir axlirnar eins og foss í náttúrulífsmynd. Eða auglýsingu fyrir hárnæringu.

Þetta var ást við fyrstu sýn.

Þú settist niður við næsta borð, fórst úr yfirhöfninni og ég dáðist að bleikri peysunni þinni. Þú leist upp og augu okkar mættust. Þú brostir. Ég brosti til baka. Við litum svo bæði vandræðalega undan.

Þetta var stefnumót við fyrstu sýn.

Þó þú værir sæt í bleiku, þá ímyndaði ég mér þig enn dásamlegri í hvítu, þar sem þú gengir inn kirkjugólfið. Í áttina til mín. Inn í okkar lukkulega hjónaband. Við yrðum svo hamingjusöm saman.

Þetta var brúðkaup við fyrstu sýn.

Þar sem þú horfðir yfir kaffihúsið þá laumaðist ég til að virða fyrir mér vangasvipinn. Nefið þitt færi svo vel við augnabrýrnar mínar. Við myndum eignast einstaklega fallega samhverf börn.

Þetta var fjölskylda við fyrstu sýn.

Þú pantaðir þér kaffibolla og barst hann upp að vörum þínum. Ég sá þig fyrir mér í garðinum okkar í úthverfinu, sötrandi kaffi í morgunsólinni. Við fengjum okkur hvolp og skírðum hann Ingjald.

Þetta var hundur við fyrstu sýn.

Og svo, allt í einu, þá beindist augnaráð þitt til dyranna. Augun þín ljómuðu. Þú hljópst til mannsins sem gekk inn. Ókunna mannsins. Þú faðmaðir hann. Þið mættust í ástríðufullum kossi. Hvað þá? Hvernig gastu gert mér þetta? Hvernig gastu svikið samband okkar? Samhverfu börnin? Ingjald?

Þetta var skilnaður við fyrstu sýn.

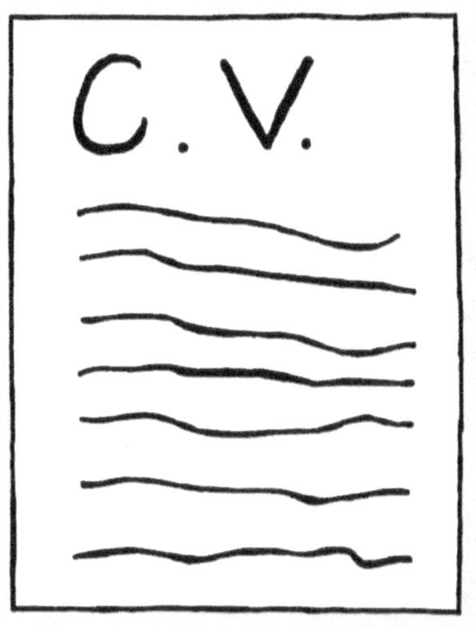

Svar óskast, kannski

Ég bíð eftirvæntingarfullur eftir svari. Það eru liðnir fimmtíu og fimm tímar síðan ég ýtti á takkann og sendi inn umsóknina þar sem ég sótti um stöðu teymisstjóra innkaupadeildarinnar. Þetta var staðan sem mig hafði dreymt um að landa síðustu tvö ár. Fyrir um tveimur árum hafði núverandi teymisstjóri sagt mér að hún væri byrjuð að telja niður dagana þangað til hún kæmist á eftirlaun. Þá voru dagarnir sjöhundruð þrjátíu og fjórir.

Í tvö ár hafði ég undirbúið þessa stund. Ég hafði fylgst gaumgæfilega með því hvernig yfirmaður minn vann sitt starf. Hvernig hún tók ákvarðanir. Hvernig hún kom fram við okkur hin. Hvernig hún skipulagði vinnu teymisins.

Ég hafði setið kvöld eftir kvöld í stofunni og skrifað ýtarlega stafslýsingu teymisstjórans eins og hún kom mér fyrir sjónir og hvernig ég myndi breyta henni þegar ég væri loksins kominn með stöðuna í mínar hendur. Ég skrifaði hjá mér hvernig ég myndi gera hlutina. Hverju ég myndi viðhalda og hvað ég myndi gera öðruvísi. Afraksturinn mátti finna í hundrað og tólf blaðsíðna Word skjali.

Samhliða skriflegum undirbúningi hafði ég einnig unnið í verklega hlutanum. Ég hafði lagt mig fram við að fá að takast á við meiri ábyrgð í mínu núverandi starfi. Ég hafði þó gætt þess í framapoti mínu að ganga ekki á hlut samstarfsfólks míns. Ég hafði nálgast alla af virðingu og lagt mig fram við að efla liðsandann innan teymisins og séð til þess að allir fengju sína rödd heyrða. Ég var eftir því sem ég best gat séð vel liðinn af samstafsfólki mínu fyrir vikið og hafði hlotið mikið hrós frá yfirmanninum sem var fegin því að hafa minna að gera á lokametrum starfsævinnar.

Það er því óhætt að segja að ég hafi verið vel undirbúinn þegar staðan var auglýst til umsóknar. Ég hafði notið mín í botn við að skrifa umsóknina. Ég hafði verið óhóflega spenntur, æstur og fullur eftirvæntingar.

Núna, þegar umsóknin er komin úr mínum höndum og í hendur yfirstjórnar fyrirtækisins þá hafði ég gert ráð fyrir að

mér myndi líða frábærlega. Ég hafði ímyndað mér að eftirvænt-
ingin yrði áfram við völd.

Mér líður ömurlega. Ég get ekki sofið. Ég get ekki hætt
að hugsa um það hvað myndi gerast ef ég fengi af einhverjum
ástæðum ekki starfið. Ég hrekk við í hvert sinn sem ég fæ tölvu-
póst. Ég þori ekki að líta á hann. Hvað ef að í honum leyndist
neikvætt svar? Ég þori ekki að horfast í augu við forstjóra fyr-
irtækisins þegar ég hitti hana á göngum skrifstofunnar eða á
kaffistofunni. Ég þori ekki að mæta augnaráði sem gæti hugs-
anlega gefið til kynna að ég fengi ekki starfið.

Ég vil ekki fá svar. Ég vil ýta á pásu. Ég vil lifa lengur í
mínum draumaheimi þar sem draumastarfið er tvímælalaust
mitt.

Ég stóð við gluggann og horfði út um leið og ég sötraði lapþunnt kaffið. Úti geisaði snjóstormur. Allt var hvítt. Ég snéri mér við og leit yfir herbergið. Fólk ýmist stóð eða sat. Allir sötruðu kaffi og horfðu ýmist í gaupnir sér eða út í loftið án þess að segja neitt. Mér fannst eins og það vantaði orð um daginn og veginn í þetta samkvæmi. Mér kom hins vegar ekki til hugar nokkuð orð sem mætti leggja í þann belg sem vakti áhuga fólks um þessar slóðir.

Hvað var ég að gera hér? Því var auðsvarað. Ég var að læra ljóðlist á námskeiði sem ég hafði fengið í jólagjöf frá foreldrum mínum. En, hvað var ég að gera HÉR? Hvað var ég að gera í félagsheimili úti í sveit í miðjum janúar? Hvað var menntaskólanemi úr Reykjavík að gera á ljóðanámskeiði með miðaldra bændum? Miðaldra var smjaðrandi orðalag í þessu samhengi. Hvað var borgarbarnið úr Breiðholtinu að gera hér úti í sveit?

Námskeiðið var svo sem fínt. Það var að virka frá því sjónarhorni sem foreldrarnir höfðu haft í huga. Þau höfðu fengið nóg af atómljóðaskrifum sonarins og vildu að hann fengi að kynnast hinum sanna íslenska ljóðaarfi. Hann var sannarlega að finna í þessu félagsheimili úti í sveit með póst-miðaldra bændum í snjóstormi í janúar. Ég hafði lúmskt gaman að þessu og vafalítið heilmikið gagn.

Ljóðin sem urðu til á þessu námskeiði voru ærið misjöfn. Ég skrifaði undir áhrifum frá Byron Lávarði og Rousseau. Bændurnir skrifuðu undir áhrifum frá hrútinum Birgi og ærinni Melkorku. Ég var nú kannski að gera of mikið úr menningarlegum mismun á milli mín og bændanna. Yfir hádegismatnum hafði ég komist að því að á einum bænum tuggðu bæði Kierkegaard og Hegel hey í fjárhúsunum og Ágústa Ada Lovelace Byronsdóttir Lávarðar hafði verið þrílembd í fyrrasumar. Þrátt fyrir mína fyrirfram mótuðu fordóma þá voru bændurnir ekkert verr lesnir í heimsbókmenntunum en ég. Jafnvel betur í sumum tilvikum.

Við vorum kannski ekki eins ólík og ég hafði haldið—ég og sveitafólkið. Vorum við ekki við það að ná saman í gegnum ljóðin okkar? Hver vissi nema ég gæti jafnvel tekið þátt í kaffipásu samræðum. Ég hlyti að geta fundið upp á einhverju. Þau höfðu verið að tala um snjóalög fyrir ekki allt löngu. Nú þögðu þau og störðu—eins og ég—út í snjóstorminn sem geisaði fyrir utan. Var það ekki málið? Ég gæti lagt mitt að mörkum í samræðunum með því að minnast á það hversu sterkt hann blési í dag. Eitthvað á þeim nótum. Ég gæti gert athugasemd um veðrið. Það hlyti að falla vel í kramið.

„Þetta er víst það sem kallað er óveður í henni Reykjavík,“ sagði einn bóndinn áður en ég hafði komið hugsun minni í orð.

Hinir bændurnir hlógu og héldu svo þögninni áfram. Ég lét mér nægja að brosa. Það vantaði enn aðeins upp á ég hefði náð nægilega góðu sambandi við fólkið hér til þess að ræða um daginn og veginn í þessum hópi.

BARÁTTUBÓKIN

Svo langt aftur í tímann sem Marteinn gat munað, hafði hann dreymt um að segja söguna af baráttu sinni við krónísk veikindi. Hann langaði að skrifa bók um það hvernig hann hafði lifað sárkvalinn áratugum saman—segja sögurnar af endalausum sjúkrahúsheimsóknum og löngum bataferlum þess á milli, þar sem tíminn leið á hraða snigilsins og einkenndist af óbærilegum sársauka og brostnum vonum.

Verkið myndi ekki einungis lýsa líkamlegri kvöl langtíma sjúkrahúslegu. Það myndi einnig varpa ljósi á andlegu streituna og nagandi óvissuna sem lá stanslaust yfir honum og hans

nánustu eins og svart óveðursský. Hann myndi opna sig varðandi það hvernig Berglind konan hans hafði brotnað undan
álaginu sem fylgdi krankleika hans og hvernig hjónabandið
tættist sundur í kjölfarið—með þeim afleiðingum að saklaus
börnin, Már og Mara, voru á sífelldu flakki milli tveggja heimila.

Síðast en ekki síst vildi Marteinn svipta hulunni af spilltu
og siðlausu heilbrigðiskerfi þar sem þrælduglegir vinnuþjarkar
eins og hann sjálfur voru troðnir niður í svaðið og í óeiginlegri
merkingu látnir blæða út á götum úti á meðan kapítalíska elítan var höndluð af kostgæfni.

Þegar allt kom til alls, þá voru forlögin ekki á Marteins
bandi og honum gafst aldrei færi á að láta draum sinn rætast.
Hann var alltaf fílhraustur.

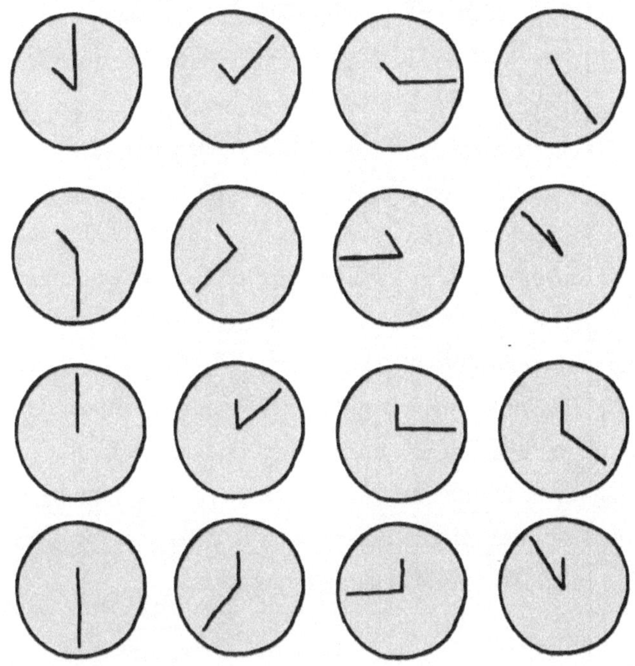

Ég leit á klukkuna. Það voru enn tveir klukkutímar þangað til að ég átti stefnumót við fulltrúa forlagsins sem hafði hugsanlega áhuga á að gefa út skáldsöguna mína.

Það voru liðnar tvær vikur síðan ég hafði rætt stuttlega við hana á ljóðaupplestri rithringsins Smámunasemi. Ég hafði verið talsvert upp með mér þegar hún kom til mín eftir upplesturinn minn og spurði mig út í skrif mín—hvort ég skrifaði eitthvað annað en ljóð. Ég sagði henni frá handritinu í skúffunni og við ákváðum að mæla okkur mót á kaffihúsi.

Hugurinn hvarflaði aftur til ljóðaupplestrarins og ég reyndi að rifja upp hvernig hún hafði litið út—fulltrúi forlagsins. Ég kom henni engan veginn fyrir mig. Ég hafði verið heldur hátt uppi þegar við töluðum saman. Bæði vegna frumraunar minnar í ljóðaupplestri og vegna þeirrar athygli sem hún hafði sýnt mér. Smáatriðin voru í þoku.

Hvað ef ég þekkti hana ekki aftur? Hvað ef ég gengi inn á kaffihúsið og labbaði beint framhjá henni án þess að þekkja hana og settist niður við annað borð?

Hún myndi örugglega móðgast. Myndi hún ekki bara strika mig út af listanum yfir unga og upprennandi höfunda? Þar með yrði rithöfundaferli mínum lokið—áður en hann kæmist á flug. Ferillinn myndi brotlenda í flugtaki—verða bensínlaus áður en komið yrði að enda flugbrautarinnar.

★ ★ ★ ★ ★

Ég settist niður með rjúkandi kaffibollann og leit á klukkuna. Það voru enn þrjátíu mínútur í stefnumótið. Ég var mættur snemma. Það var eini kosturinn í stöðunni. Þannig þurfti ég ekki að hafa áhyggjur af því að þekkja hana ekki aftur. Nú var það hennar að þekkja mig.

Ég leit samt aftur í kringum mig. Til öryggis. Ég leit frá einu borði til annars og einbeitti mér að því að útiloka hvern og einn gest sem fulltrúa forlagsins. Karlmaður. Of gömul. Strákahópur. Of ung. Var þetta hún? Nei, hún myndi ekki hafa tekið barnið með sér.

Ég var hólpinn.

★ ★ ★ ★ ★

Ég horfði á eftir konunni með barnið þegar hún yfirgaf kaffihúsið. Klukkan var fimm mínútur yfir. Hafði þetta verið hún? Gæti verið að hún hefði ekki getað fengið pössun fyrir barnið og því tekið það með sér? Þetta hafði nú átt að vera óformlegur fundur. Hafði ótti minn ræst? Hafði hún yfirgefið kaffihúsið í fússi vegna þess að ég hafði ekki þekkt hana aftur? Hafði getuleysi mitt í að muna mannsandlit orðið mér að falli enn og aftur?

★ ★ ★ ★ ★

Um leið og konan með barnið gekk út kom önnur kona inn—fulltrúi forlagsins. Ég þekkti hana undir eins. Hvernig gat ég hafa efast?

Tvílliða

Ég kom mér vel fyrir á sófanum, teygði mig í fjarstýringuna og kveikti á sjónvarpinu. Framundan var tveggja tíma fótboltaveisla. Landsleikur tveggja þjóða sem ég hafði litla tengingu við og gæti því notið boltans sjálfs án nokkurra tilfinningalegra aukaáhrifa.

Þeir hvítklæddu byrjuðu með boltann. Nokkrar stuttar snertingar á miðjunni áður en boltinn barst til baka á annan miðvörðinn sem rakti boltann í rólegheitum í leit að góðu færi til þess að senda hann fram á völlinn. Þessi byrjun leit vel út.

Myndavélin sýndi leikmanninn í nærmynd. Þetta var maður sem ég kannaðist við. Hann var leikmaður félagsliðs sem eldaði grátt silfur við mitt uppáhalds lið í ensku deildinni. Ég vissi ekki að hann væri frá þessu landi.

Miðvörðurinn sendi langan bolta fram á vinstri kantinn þar sem liðsfélagi hans tók fimlega við honum. Myndavélin skipti aftur yfir í nærmynd þar sem að kantmaðurinn reyndi að sólaði andstæðing sinn á leiðinni upp að hornfánanum. Það runnu á mig tvær grímur. Hann líka. Voru miðvörðurinn og kantmaðurinn samlandar í viðbót við það að vera saman í félagsliði. Ég gat ekki trúað mínum eigin augum.

Þessir tveir leikmenn fóru í taugarnar á mér þegar þeir spiluðu á móti mínu félagsliði. Mér fannst þeir hrokafullir. Ég þoldi þá ekki. Ég hataði þá. Ég gat ekki verið hlutlaus lengur. Þegar leið á leikinn byrjaði ég smám saman að hata alla samlanda þeirra. Ég byrjaði sjálfkrafa að hvetja andstæðinga þeirra áfram. Ég fór að pirrast út í dómarann þegar hann dæmdi á móti mínu liði. Já, lið andstæðinga andstæðinga minna var núna orðið mitt lið.

Ég var þungur í skapi þegar ég stóð upp úr sófanum í leikhléi til þess að sækja mér kaldan bjór í kæliskápinn. Leikurinn hafði verið fjörugur, bæði lið höfðu gott vald á boltanum, voru léttleikandi og létu boltann ganga hratt á milli sín. Hvort lið hafði skapað sér fjölda marktækifæra og skorað sitt markið hvort. Ég var hins vegar stirður, með alla vöðva kreppta og langaði að láta hurðakamba finna fyrir hnefum mínum. Mér fannst heldur betur halla á mitt lið.

Þegar ég opnaði ísskápinn kviknaði ljós. Í eiginlegri og óeiginlegri merkingu. Fáránleiki augnabliksins rann upp fyrir mér. Með því að hatast út í leikmennina hafði ég eyðilagt fyrir sjálfum mér þá rólegu og afslöppuðu stund sem leikurinn hafði átt að vera. Hvað var ég að spá? Mér bauð við sjálfum mér. Þetta hatur gat ekki verið hollt. Hvorki fyrir sálina né líkamann—lífið eða tilveruna—einstaklinginn eða þjóðfélagið sem heild. Einhverju þurfti að breyta.

Á meðan leikmenn beggja liða söfnuðu kröftum fyrir síðari hálfleik og spekingarnir í sjónvarpssal ræddu fyrri hálfleikinn þá gekk ég í hringi í kringum borðstofuborðið til þess að róa mig niður og hugsa minn gang. Ég einsetti mér að reyna að vinna bug á þessu hatri sem virtist svo oft grípa mig þegar íþróttakeppnir voru annars vegar. Ég ákvað að héðan í frá ætlaði ég að hætta að gera upp á milli fótboltaliða. Héðan í frá ætlaði ég alltaf að halda með því liði sem var með boltann hverju sinni.

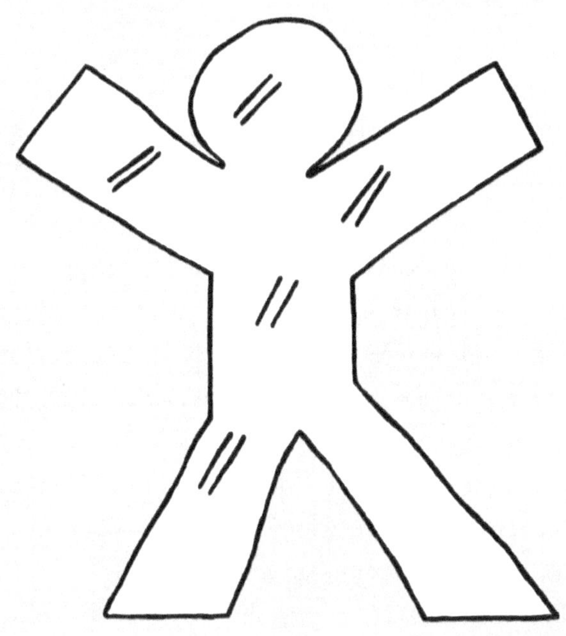

Mannspeglar

„Mér myndi aldrei detta það í hug að fara í göngutúr eins míns liðs,“ sagði samstarfskona mín þegar talið barst í kaffihléinu að atburðum helgarinnar og ég sagðist hafa farið í langan göngutúr upp með Amstel.

„Hvers vegna ekki?“ spurði ég hissa. „Það er ekki eins og það leynist margar hættur þarna á árbökkunum. Sérstaklega ekki um hábjartan dag.“

„Ég er ekki hrædd,“ sagði hún ákveðin. „Ég vil bara ekki að fólk haldi að ég sé einmana.“

„En ertu það?“

„Hvað?“

„Einmana?“

„Auðvitað ekki.“

Hún flýtti sér svo að beina samtalinu á aðrar brautir og ég fylgdi henni þangað, jafnvel þótt mér fyndist við eiga ýmislegt órætt um þetta efni. Ég get sett mig í hennar spor. Ég hafði einu sinni verið á sama stað í lífinu. Sífellt að spegla mig í augum annarra. Ég hafði haft sífelldar áhyggjur af því að uppfylla ekki væntingar samfélagsins varðandi það hvernig fólk ætti að vera og hvernig ekki. Ég hafði hegðað mér eins og ég hélt að fólk gerði ráð fyrir að ég ætti að hegða mér.

Nú var af sem áður var. Mér hafði tekist að beina augum mínum inn í mína eigin sál í stað þess að leita sífellt að sjálfum mér í augnaráði heimsins. Það veitti mér ró.

Ég einsetti mér að reyna einhvern daginn að hjálpa samstarfskonu minni að líta heiminn sömu augum. En ekki í dag. Hún var ekki skapi til þess.

Þyngdarafl

Brendan fann þyngdaraflið toga í huga hans sem líkama þar
sem hann ferðaðist niður rúllustigann inn í hvelfinguna milli
brautarpalla neðanjarðarlestarinnar. Hann starði inn í illa upp-
lýst steinsteypuklætt tómið og fannst hann stara inn í spegil-
mynd eigin sálar. Höfuðið var tómt og líkami hans var næstum
þurrausinn allri orku.

Er hann náði neðri enda stigans kjagaði Brendan eftir næst-
um yfirgefnum brautarpallinum, í áttina að fjærendanum þar
sem hann settist niður á auðan bekk. Hann vildi halda eins

mikilli fjarlægð og hægt var milli sín og þeirra fáu farþega sem voru enn á ferðinni þetta seint um kvöld.

Brendan vildi vera útaf fyrir sig. Einn með hugsunum sínum. Strjálu myndunum sem hrukku inn og út af svörum skjánum í huga hans. Hann reyndi, án árangurs, að negla þær niður, púlsa þeim saman í eina heild—klippimynd af vonlausu ástandi.

Það var ekki eins og Brendan hefði ekki reynt. Hann hafði tvímælalaust reynt. Hann hafði talað af sannfæringu. Hann hafði rökrætt. Hann hafði grátbeðið. Allt hans erfiði hafði hins vegar farið fyrir lítið. Svörin voru nei, nei og nei. Það voru ekki meiri peningar til. Þolinmæðin var á þrotum. Lánstraustið var uppurið. Hann hafði misst alla von um að geta losað sig úr þeim hnút sem hann var kominn í.

Brendan heyrði lestina nálgast. Daufur bjarmi lýsti upp dimmt gangnaopið. Hann stóð upp og gekk yfir að brún brautarpallsins, svo langt að þreyttur líkaminn átti í vandræðum með að halda jafnvægi. Ljósið við gangnamunnann varð skærara. Hávaði rumdi í gegnum loftið. Mildur andvari gældi við hárlokkana og framljós lestarinnar geystu í áttina til hans. Hann fann þrýstinginn. Hann lokaði augunum.

Þegar Brendan opnaði augun aftur hafði lestin numið staðar og beið við brautapallinn með dyrnar opnar. Hann steig inn og lét líkamann hlammast niður í autt sæti. Það var ekki mikið sem hann gat gert úr því sem komið var. Það var ekkert annað í stöðunni en að halda heim og reyna að sofa stundarkorn áður en hann þyrfti að standa frami fyrir starfsfólkinu í morgunsár-

ið og segja þeim sannleikann—bera þeim erfiðar fréttir. Segja
þeim að fyrirtækið væri gjaldþrota.

Lífið streymir áfram

Hann situr á brúninni og horfir yfir kraftmikið fljótið sem færist í iðuköstum eftir gljúfrinu undir fótum hans. Krafturinn er
óstjórnlegur. Vatnið slengist barma milli á leið sinni til hafs.
Örfáum andartökum áður hafði hann horft yfir ána ofar í dalnum og dáðst að því hversu rólegur straumurinn var í breiðum
árfarveginum. Hann örvæntir ekki. Hann veit að neðar í landinu breikkar fljótið á ný og streymið róast.

Tíminn er vatnið—lífið er fljótið.

Stundum tökum við ákvörðun um að beina lífinu á betri
braut. Við setjum okkur skýr markmið. Snúum taflinu okkur

í hag. Göngum lífsins veg í rólegum öruggum skrefum. Færum annan fótinn fram fyrir hinn. Drögum andann rólega og endurtökum. Svo tekur lífið bara allt í einu aðra stefnu. Án þess að hafa nokkuð samráð við okkur. Án þess að við höfum nokkuð um það að segja. Við missum stjórnina. Við neyðumst til að fylgja straumnum. Einbeitum okkur að því að halda höfðinu upp úr vatninu þangað til við náum aftur tökum á tilverunni og finnum aftur tækifæri til þess að rétta úr kútnum. Tækifæri til þess að beina lífinu aftur í þann rólega og þægilega farveg sem okkur hugnast.

LJÓMI

Ég reima á mig hlaupaskóna eins og svo oft áður þegar ég finn kvíðann taka yfir þankaganginn. Þegar ég finn efann naga í heilabörkinn. Þegar þokuský líða yfir hugsanirnar og byrgja mér sýn. Þegar ég veit varla í hvorn fótinn ég á að stíga. Þá reima ég á mig hlaupaskóna og þvinga sjálfan mig til að stíga kerfisbundið til skiptis í annan fótinn og svo í hinn. Án þess að þurfa að velja. Eitt skref í einu.

Á hlaupum næ ég oft að koma stjórn á hugsanirnar. Ég reyni að skilja betur vandamálin sem ég stend frami fyrir. Þau eru jafnan af svipuðum toga og áður—ef ekki þeim sama. Engar stórar breytingar, engar stórar uppgötvanir, en það er gott að rifja upp. Hlaupin hjálpa mér við að ímynda mér og skipuleggja næstu hænuskref sem ég get tekið í áttina að lausn vandamálanna. Ég stíg fyrst í annan fótinn og svo í hinn. Endurtek svo eftir þörfum.

Á hlaupum dagsins gerist hins vegar ekkert af þessu. Það eina sem fer um huga minn er síendurtekin yfirferð yfir lagið úr Ljóma auglýsingunni. Lofið sem hann fær. Hvernig hann fæðir. Hvernig hann nærir. Sömu laglínurnar aftur og aftur frá því að legg af stað frá garðshliðinu þangað til ég lýk við síðustu teygjuæfinguna.

Svona er þetta stundum. Stundum rætist það sem lagt er upp með. Stundum ekki. Þá verð ég bara að taka því og reyna aftur seinna.

STÓRA SPURNINGIN

Ég elti hana inn í íbúðina, yfir þröskuldinn, upp á nýtt plan, inn í nýjan kafla, inn í framtíðina—það var aldrei að vita.

„Komdu þér vel fyrir á sófanum á meðan ég hita vatnið."

Ég néri saman höndunum. Mér var kalt. Teið myndi hjálpa við að koma hita í kroppinn, jafnframt því sem það gæti hrært við stöðnuninni sem hafði einkennt líf mitt svo lengi—það var aldrei að vita.

Við höfðum rekist hvort á annað fyrir nokkrum mánuðum síðan þar sem við teygðum á vöðvunum í líkamsræktarstöðinni og byrjuðum að spjalla. Við töluðum fyrst um teygjur en einhvern veginn barst talið um víðan völl og endaði með hugleiðingum um áhrif Alvars Aalto á nútíma byggingarlist. Samtalið þann daginn er enn hulið móðu í mínum huga og ég man ekki nákvæmlega hvernig umræðan barst úr einu í annað. En mikilvægasta niðurstaða þessa atburðar var að við náðum saman á einhvern undraverðan hátt.

Eftir þennan fyrsta fund okkar í líkamsræktarstöðinni þá byrjaði ég að æfa oftar. Jafnvel þótt það hafi ekki verið fullkomlega meðvituð ákvörðun þá geri ég ráð fyrir að ég hafi gert það í þeirri von um að hitta hana aftur.

Á endanum bar erfiðið árangur. Ég kom auga á hana á fullri ferð á hlaupabretti við stóra gluggann með útsýninu yfir snæviþakið túnið. Ég valdi mér brettið við hlið hennar og byrjaði að hlaupa. Á meðan við hlupum stálumst við til þess að skjóta augum hvort til annars og brosa. Eftir langan hlaupatúr kinkuðum við svo samtímis kolli og færðum okkur yfir í teygjuherbergið þar sem við tókum upp þráðinn þar sem frá var horfið fyrri daginn—teygðum á vöðvum og teygðum lopa.

Á undanförnum vikum höfðum við svo hist reglulega innan og utan líkamsræktarstöðvarinnar. Við æfðum saman. Við fórum í langa göngutúra. Við hittumst á kaffihúsum. Og umfram allt héldum við áfram samtalinu endalausa. Við ræddum um daginn og veginn og nóttina og vegleysuna. Ég varð ástfanginn.

Í dag steig ég svo fæti inn í íbúðina hennar í fyrsta sinn. Um eftirmiðdaginn höfðum við verið á langri skógargöngu úti í vetrarfrosti og hún hafði stungið upp á því að við enduðum

gönguna með því að fá okkur heitt te heima hjá henni. Ég þáði
boðið með þökkum.

„Ég vona að þér líki grænt te," sagði hún þegar hún bar
bakka með tekönnu og tveimur bollum inn í stofuna og lagði
hann frá sér á sófaborðið. „Það er eina teið sem til er í húsinu."

„Já, mér líkar grænt te."

Ég lét það liggja milli hluta að grænt te var uppáhalds teið
mitt. Það hefði verið of væmið. Of yfirborðskennt. Of gott til
þess að vera satt.

Hún hellti tei í bollana, rétti mér annan, og við héldum
áfram handahófskenndum samræðum okkar sem enn á ný fóru
yfir víðan völl, úr einu í annað á afar þjálan og náttúrulegan
hátt án nokkurrar fyrirhafnar. Með smá undantekningu þó.
Tungan mín var ekki eins liðug og vanalega. Hún vildi vefjast
mér um tönn. Það var nefnilega fíll í stofunni sem ég þurfti
að takast á við. Ég var með mikilvæga spurningu í kollinum.
Stóru spurninguna.

Hún hélt hins vegar uppteknum hætti og lét móðan mása—
talaði um allt og ekkert—stökk úr einu í annað. Ég gerði mitt
besta til þess að halda í við hana, en í bakgrunninum var ég
sífellt að hugsa um það hvernig ég gæti komið spurningunni
minni að, bíðandi eftir rétta tækifærinu.

Svo kom allt í einu þögn á meðan hún hellti fersku tei í
bollana. Þetta var andartakið mitt. Tækifærið mitt. Ég greip
það.

„Myndi þig einhvern tímann langa til að eignast hund?"

Um leið og spurningamerkið hrundi fram af vörum mínum vissi ég að ég vildi ekki heyra svar hennar. Ég var skíthræddur við að þekkja hennar skoðun.

„Já,“ svarði hún án þess að hika. „Tvímælalaust. Ég mun fá mér einn stóran Labrador einhvern tímann á næstu árum.“

Skyndilega dró ský fyrir sólina sem lýst hafði upp líf mitt undanfarnar vikur. Þetta var þá alltsaman búið. Það var engin framtíð í þessu sambandi.

Ég fann mér fyrirtaks borð í skugga gamals krónubreiðs trés,
settist niður og virti fyrir mér iðandi torgið—eitt af svo mörg-
um hér í borginni sem ég var smám saman farinn að kalla heima-
borg mína. Himininn var heiður og talsverður fjöldi fólks var
kominn saman í sunnudagsmorgunsólinni—fólk á öllum aldri,
skrafhreifin gamalmenni, unglingar dansandi á línu sem strengd
hafði verið á milli tveggja trjáa, börn hlaupandi um og eltandi
dúfur undir vökulum foreldraaugum.

Þjónn kom yfir að borðinu og ég jós næstum öllu úr viskubrunni mínum um mál innfæddra við það eitt að panta mér mjólkurkaffi. Þegar drykkurinn kom á borðið opnaði ég bókina sem ég hafði keypt á gagnstæðu horni torgsins. Ég starði á blaðsíðuna sem blasti við mér, umbreytti ókunnugum orðum yfir í ennþá meira framandi hljóð í höfði mér, án þess að geta þó lagt nokkra merkingu í það sem ég las. Það voru svo margar framandi hliðar á lífi mínu þessa dagana—veðrið, nöfnin, siðirnir, málið...

„Bla bla ... Bla bla bla ... bla?"

Ég leit upp frá bókinni og virti fyrir mér konuna sem hafði yrt á mig á tungu heimafólks. Ég hafði ekki skilið orð af því sem hún hafði sagt en af hljómfallinu að dæma þá gat ég mér þess til að um spurningu hefði verið að ræða.

„Ég bið forláts, ég tala ekki málið," svaraði ég á lingua franca sem ég vonaði að hún myndi skilja.

„Ég skil. Ég spurði bara hvort þessi stóll væri laus."

„Ó. Já. Gerðu svo vel."

Andstætt því sem ég hafði gert ráð fyrir þá greip konan ekki stólinn og fór með hann að nærliggjandi borði heldur settist hún niður við borðið mitt. Ég brosti vandræðalega til þess að hylja undrun mína. Ég var ekki viss hvort ég ætti að snúa mér aftur að lestri eða hvort hún byggist við að ég veitti henni athygli, svo að á endanum starði ég bara á hana þar sem hún snéri sér við í stólnum, hóaði á þjóninn og—ef ég skildi rétt— pantaði sér espressókaffi.

„Áhugaverður lestur?" Hún kinkaði kolli í átt til bókarinnar sem ég hafði ennþá opna fyrir framan mig.

„Tja…“ Ég var ekki viss hverju ég ætti að svara.

„Þú getur þá lesið málið okkar en ekki talað það?“

„Eiginlega… lesturinn er ekki endilega vandamálið… það er merkingin sem vefst fyrir mér.“

„Leyfði mér að sjá,“ sagði hún og teygði sig eftir bókinni. *„Erlenda borgin er hið vænasta völundarhús sem við þræðum í leit að duldum djásnum,“* las hún upphátt. „Það er það sem fyrsta setningin segir.“

„Takk,“ sagði ég og tók við bókinni er hún rétti hana til baka. Ég nældi í penna og páraði þýðinguna efst á síðuna. Þetta ætti að hjálpa mér af stað við að ráða fram úr áframhaldi textans.

„Verði þér að góðu!“ Hún skellti í sig í einum sopa espressókaffinu sem þjónninn hafði sett á borðið fyrir framan hana, setti nokkrar smámyntir á borðið, stóð upp, gekk út á torgið og hvarf inn í mannhafið.

ÁLFASVIK

„Íslenska trúin á álfa og huldufólk er nú eitt aldeilis bölvað hel-
vítis rugl,“ sagði amma þar sem við sátum í samkomusal elli-
heimilisins og tefldum.

„Hvað þá?“ spurði ég hissa og fannst þessi athugasemd hafa
verið gripin úr ansi lausu lofti. „Hvers vegna segir þú það?“

„Þegar ég var ung,“ hóf amma söguna eins og hún gerði svo
oft á sínum efri árum. „Þá var ég send að sækja kýrnar út á
tún á hverjum degi. Hvern einasta dag gekk ég því fram hjá
Breiðahrauni sem var altalað fyrir að vera byggð álfa og huldu-

fólks. Í hvert sinn sem ég gekk framhjá álfabyggðinni talaði ég til álfanna og óskaði mér að ég yrði skáld.“

Amma gerði hér hlé á sögu sinni á meðan hún drap peð með biskup og skákaði mig.

“Og hvað gerðist svo?“ hélt hún svo áfram að drápi loknu. „Ég flutti til Reykjavíkur, lærði lögfræði, stofnaði mína eigin stofu og endaði uppi sem dómari í hæstarétti.“

Hún gerði aftur hlé á máli sínu, leit upp frá taflborðinu og út um gluggann.

„Ég varð hins vegar aldrei skáld.“

Þessi saga byggir á sannsögulegum atburðum.

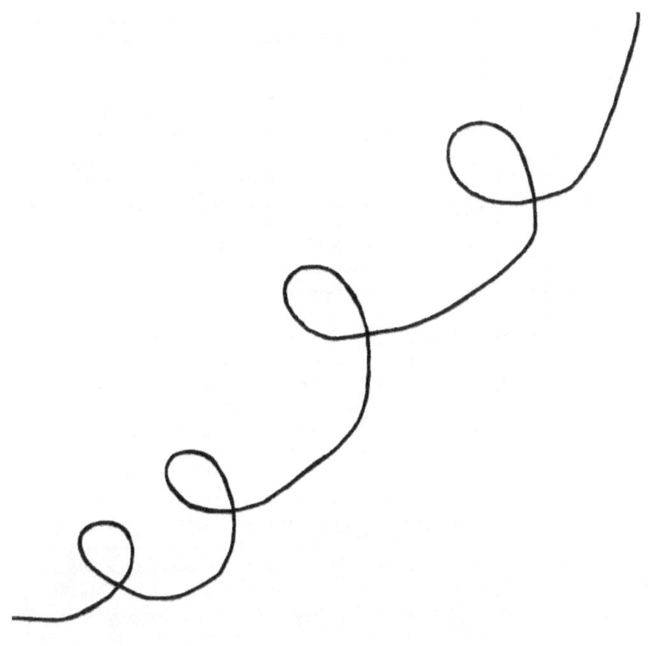

Tannþráður

Ég gat ekki annað sagt en að aldrei þessu vant þá hlakkaði ég til
þess að fara til tannlæknis. Í gegnum árin þá hafði tilfinning
mín einatt verið önnur. Ég hafði frekar kviðið þeirra heim-
sókna heldur en hlakkað til. Það sem helst olli þeim kvíða var
samtalið um tannþráðinn. Það er að segja þeim tímapunkti
í tannlæknisheimsókninni þar sem tannlæknirinn spurði „En
hvernig er það nú, notar þú tannþráð daglega?“ Ég neyddist
alltaf til þess að kyngja skömminni og viðurkenna að ég væri
óreglumaður þegar kæmi að notkun tannþráðs. Ég gæti ómögu-

lega komið mér upp þeim vana að troða þræði reglulega á milli tannanna í mér.

Nú var hins vegar allt annað upp á teningnum. Í heilt ár— 367 daga í raun—þá hafði ekki liðið sá dagur sem ég hafði sleppt því að renna tannþræði á milli tannanna minna. Ég var óend- anlega stoltur af sjálfum mér og fullur sjálfstrausts til þess að mæta tannlækninum án þess að þurfa að yfirgefa stofuna hans með skottið á milli lappanna.

★ ★ ★ ★ ★

„Jæja," sagði tannlæknirinn þegar hann hafði lokið skoðun sinni. „Þetta lítur allt frekar heillega út."

Ég brosti út að eyrum. Þetta var góðs viti.

„En hvernig er það nú," hélt tannlæknirinn áfram og ég ið- aði í skinninu að geta loks svarað játandi spurningunni sem ég taldi mig vita að kæmi næst. „Drekkur þú ekki aðeins of mikið kaffi? Þær eru ansi skellóttar í þér tennurnar."

Brosið hvarf af vörum mínum og ég var við það hreyta út úr mér „En ég nota tannþráð daglega." Það yrði hins vegar til lítils. Það virtist aldrei hægt að gera þessum blessuðu tannlæknum til geðs.

Hættu að tala við sjálfan þig

„Hættu að tala við sjálfan þig!“

Ég leit í átt til systur minnar þar sem hún lá á sófanum með opna bók í kjöltunni og penna við hönd. Hún sendi mér stíft augnaráð sem átti vafalaust að fylgja orðum hennar eftir, djúpt undir skinnið og inn í sálina. Orð hennar höfðu engin áhrif á mig. Þau hrukku af mér eins og öldur af sléttpússuðum steini.

„Ég er ekkert að tala við sjálfan mig,“ svaraði ég. „Ekki upphátt að minnsta kosti.“

„Kannski ekki upphátt í venjulegum skilningi,“ viðurkenndi
hún. „En líkamstjáningin sem þú beitir þegar þú gengur um
gólf segir allt sem segja þarf um það að þú ert að tala við sjálf-
an þig. Og það á frekar háum nótum. Frekar ærandi. Verð ég
að segja.“

„Og hvað með það þó ég sé að tala við sjálfan mig?“ spurði
ég og gerði hlé á göngu minni í kringum borðstofuborðið til
þess að geta einbeitt mér að samræðunum.

„Það er krípí,“ hélt hún fram áður en hún blés út tyggjókúlu
sem hún gleypti svo jafnóðum. „Af hverju getur þú ekki verið
eðlilegur?“

Eðlilegur. Hvað var það nú?

„Og hvað þykist þú vera að gera?“ spurð ég á móti og rang-
hvolfdi augunum.

„Hvað sýnist þér?“ spurði hún og lyfti bókinni sem hún
hafði verið að skrifa í. „Ég er að skrifa í dagbókina mína. Það
er að segja þegar ég næ einbeitingu milli hljóðlausu öskranna
frá þér.“

„Má ég lesa?“

„Nei.“

„Má einhver lesa?“

„Nei,“ sagði hún og lokaði bókinni eins og til öryggis til
þess að undirstrika orð sín. „Þetta er mín dagbók og hana les
enginn nema ég.“

„Ert þú þá bara ekki alveg eins að tala við sjálfa þig og ég
að tala við sjálfan mig?“ spurði ég og hóf á ný að ganga í kring-
um borðstofuborðið, passandi mig á því að stíga rétt niður á
gólfteppið svo að iljarnar pössuðu inn í mynstrið á teppinu.

„Það er tvennt ólíkt,“ andvarpaði hún. „Það er eðlilegt að skrifa dagbók en það er ekki eðlilegt að tala við sjálfan sig. Af hverju færð þú þér ekki dagbók eins og annað siðmenntað fólk?“

Hún opnaði dagbókina sína á ný og gerði sig líklega til þess að halda áfram að skrifa. Ég gaf mér tíma til þess að hugsa hverju ég gæti svarað. Hægri fótur með fimm gráðu útskeifu horni. Vinstri fótur með fimm gráðu innskeifu horni.

„Mig langar það ekki,“ sagði ég loks eftir nokkurra sekúndna umhugsun. „Ég kann ekki við að skilja eftir mig pappírsslóð. Það er líka sjálfbærara að tala við sjálfan sig. Lægra kolefnisspor.“

„Hvernig var sturtan?“ spurðir þú þegar ég kom út af baðher-
berginu með handklæðið sveipað um mig miðjan og gekk yfir
að rúminu sem stóð í horni stúdíóíbúðarinnar sem við höfðum
fengið lyklavöldin að nokkrum stundum fyrr—rúmgóð ferða-
manna íbúð fyrir ofan vinnustofu danska málarans í innsveit-
unum upp frá nyrðri hluta Gautaborgar skerjagarðsins. Ég leit
yfir stofuna og í áttina til þín þar sem þú sast í hægindastól út
við gluggann í hinum enda rýmisins, afslöppuð með teppi yfir
öxlunum, opna bók í kjöltunni og horfðir út í skandínavíska
haustið handan glersins.

„Góð,“ svaraði ég og hikaði eitt augnablik þar sem ég hugleiddi þá staðreynd að það sturtuferðin hafði verið undarleg á einhvern hátt—á einhvern hátt sem ég hafði ekki gert mér grein fyrir þar til að þú spurðir mig út í það.

„Þrýstingurinn var fínn, að ég held,“ hélt ég áfram, hugsandi upphátt. „Réttara sagt var sturtan reglulega kraftmikill, þegar ég hugsa út í það. Hins vegar var lyktin af vatninu dálítið undarleg. Svolítið málmkennd. Eins og blóðlykt. Líklega hefur það eitthvað að gera með steinefnasamsetninguna í berggrunninum hér um slóðir.“

„Kraftmikið blóðbað?“ spurðir þú um leið og þú leist í áttina til mín. „Það hljómar skuggalegt. Svolítill nordic-noir andi yfir vötnum.“

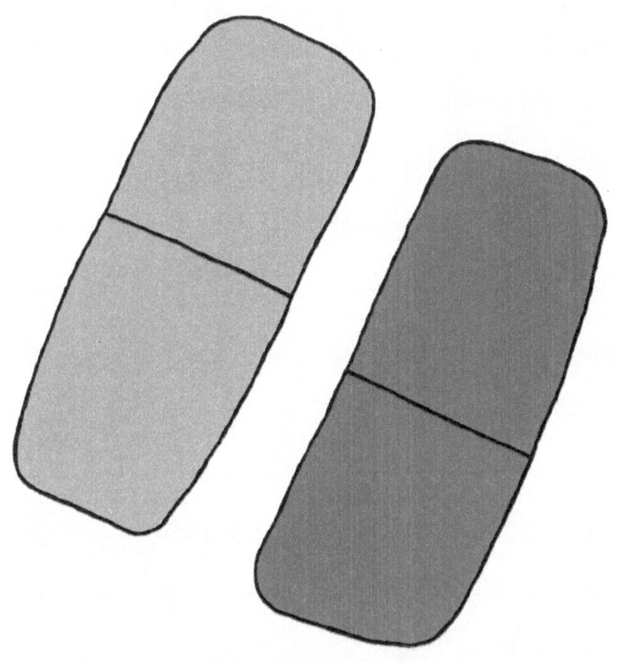

Bleikar og fjólubláar

„Jæja þá," sagði læknirinn þar sem hann horfði niður fyrir sig og páraði á blað. „Ég ætla að skrifa upp á tvenns konar töflur handa þér. Þær bleiku tekur þú á hverju kvöldi til þess að hjálpa þér að sofna og þær fjólubláu getur þú tekið í hvert sinn sem það hellast yfir þig þessar yfirþyrmandi áhyggjur sem leiða svo oft til kvíðakasts."

„En," stamaði ég. „Getur þú ekki skrifað upp á neitt sem gæti tekið á rótum vandans? Komið í veg fyrir kvíðann? Getur þú ekki skrifað upp á félagslegt réttlæti? Umburðarlyndi?

Borgaralaun? Fordómalaust samfélag? Jafnrétti kynjanna? Mann-
kærleika? Umhverfisvitund?“

Læknirinn gerði hlé á pári sínu, leit upp og djúpt í augu
mín.

„Nei, vinur minn,“ svaraði hann, og hristi höfuðið lítillega.

„Hafðu samt ekki áhyggjur,“ hélt hann svo áfram um leið og
hann hófst handa við að skrifa lyfseðilinn á ný. „Taktu bara pill-
urnar þínar samviskusamlega og þær fá þig til þess að gleyma
öllu þessu hinu sem þú minntist á.“

„Þvílíkt draumalíf sem við lifum nútildags", nefndi lítill pipar-
fugl við annan stærri þar sem þeir sátu á grein geniptrés, bað-
andi sig í snemmmorgunssólinni eftir að hafa þanið sig út af
óhóflegu magni genipap ávaxta. „Ég meina, nú þegar mann-
fólkið er horfið á brott, þá er allt svo hljóðlegt, allt svo miklu
öruggara. Vindurinn er klárlega ferskari er hann strýkur þér
um gogginn þar sem hann líður áfram yfir votlendið. Við höf-
um séð fyrir endann á öllum hörmungum mannlegrar eyðilegg-
ingar. Bönd eru komin á skógareyðinguna. Öllum til heilla út-

rýmdi hamfarahlýnunin tegundinni sem olli henni. Það er eins og sönn náttúra hafi snúið aftur."

„Ég verð að segja að ég sé heiminn ekki eins ljóðrænum augum og þú," svaraði stærri piparfuglinn í sínum vanalega lágstemmda og þunglynda tón. „Ég sé ekki að það sé svo mikill munur."

„Nei? Hvers vegna ekki?"

„Sérðu til dæmis jagúarinn á greininni þarna fyrir neðan okkur?" spurði stærri piparfuglinn án þess að hægt væri að heyra nokkra breytingu í röddinni. „Þann sem færir sig varlega í áttina til okkar?"

„Guð minn almáttugur, já," hrópaði minni fuglinn upp fyrir sig, sleppti greininni, flögraði upp og flaug yfir í krónu næsta trés þar sem hann kom sér fyrir á ný.

„Jæja," sagði stærri piparfuglinn eftir að hafa slegist í hóp með þeim minni á nýju greininni. „Næst er allt eins líklegt að þú gerir það ekki. Þú verður auðveld bráð fyrir hungraðan köttinn."

Smærri fuglinn svaraði ekki, umvafinn óvanalegri þögn, starandi út í fjarskann.

„Á hvorn veginn sem er," hélt stærri piparfuglinn áfram. „Mannfólk eða ekki mannfólk. Það skiptir ekki öllu máli. Við étum. Við erum étnir. Þar hefurðu sanna náttúru."

KVEIKUR

Þetta var eitt af þessum atvikum þar sem að þú setur til hliðar hvað það sem nú er sem þú hefur í höndunum—í þínu tilfelli bókina sem þú hafðir nýlokið við að lesa—og gráturinn brýst fram án augljósrar ástæðu. Þú grést ekki upphátt heldur streymdu tárin í stríðum straumum niður kinnarnar og féllu niður á mánagullið í gluggakistunni þar sem þú stóðst og mændir út um opinn gluggann—stara þín límd við sjóndeildarhringinn án þess að vera að horfa á neitt ákveðið.

Þú grést ekki vegna þess að aðalsögupersóna bókarinnar hafði á næst síðustu blaðsíðu mætt örlögum sínum í árekstri

við tíu tonna trukk þar sem hún hjólaði heim til síns tilvonandi—
þó aldrei verðandi—elskulega eiginmanns. Þú hugsaðir ekki til
þeirra. Þú hugsaðir ekki til hennar. Þú hugsaðir ekki til hans.

Þú hugsaðir til hans. Hans sem hafði verið svo traustur
vinur og þú hafðir elskað af heilum hug. Hans sem hafði barist
svo hart við lífið, en hafði á endanum lotið í lægri hlut fyrir
myrkum máttarvöldum og yfirgefið þennan heim löngu áður
en hans tími var kominn.

Þú hugsaðir til hennar. Hennar sem var af þessum heimi.
Hennar sem þú elskaðir svo heitt. Hennar sem var svo nálæg—
en samt svo fjarri. Hennar hverrar hjarta var staðfastlega utan
skotfæris þinna ástarörva.

Þú grést ekki neinar sögupersónur. Þín tár voru sönn. Tár
þessa heims. Ekki blekdropar á prentuðum blaðsíðum bókar.

„Hvernig fannst þér hún?" spurði vinnufélaginn þegar ég rétti honum skáldsöguna sem ég hafði fengið lánaða hjá honum nokkrum vikum fyrr.

„Bara mjög góð," svaraði ég og var ekkert að ýkja. Mér hafði sannarlega fundist bókin þrælgóð.

„Var það ekki!"

„Jú, mér fannst persónusköpunin einstaklega vel heppnuð. Þær voru eitthvað svo lifandi—persónurnar. Svo trúverðuglegar. Eins og maður þekkti þær raunverulega."

„Já, einmitt,“ samsinnti vinnufélaginn. „Mér fannst það
líka. Ég lifði mig einstaklega vel inn í umhverfið. Mér fannst
ég einhvern veginn vera hluti af vinahópnum í sögunni.“

„Sérstaklega þótti mér Matti Bergs karakterinn eitthvað
svo lifandi og sannfærandi,“ bætti ég við. „Ég gat séð hann svo
skýrt og greinilega fyrir mér í huganum.“

„Matti Bergs?“ spurði vinnufélaginn og var greinilega ekki
alveg með á nótunum.

„Já, félagsfræðingurinn,“ svaraði ég til þess að hjálpa hon-
um á sporið.

Vinnufélaginn horfði á mig brúnaþungur. Hann pírði aug-
un, líkt og hann vildi grafa sig inn í huga minn til þess að skilja
betur hvað ég var að tala um.

„Framagosinn,“ hélt ég áfram. „Gaurinn sem þótti svo efni-
legur og góður en var svo bara hrokafullur, innantómur og
sjálfselskandi hálfviti.“

„Já, hann,“ sagði vinnufélaginn og var greinilega létt. „Þú
meinar Óli Jóns?“

„Óli Jóns?“ spurði ég hissa. Nú var það ég sem var ekki með
á nótunum. „Hét hann það?“

„Já, hiklaust,“ svaraði vinnufélaginn, viss í sinni sök. „Hvernig
gastu mislesið nafnið svona rækilega? Það er ekki eins og þau
rími eða séu lík að nokkru leyti.“

„Ekki hugmynd,“ svaraði ég, yppti öxlum og leit annars
hugar út um gluggann. Ég sá fyrir mér andlit sögupersónunnar
sem mér hafði þótt svo raunveruleg. Ég sá fyrir mér glottandi
andlit Mattíasar Bergsteinssonar. Matta Bergs. Fyrrum skóla-
félaga míns sem hafði svo oft gert tilraunir til að niðurlægja

mig í menntaskóla allnokkrum áratugum áður. Reynt að fá mitt ágæti dregið í efa. Reynt að hefja upp sín verk með því að kasta rýrð á mín.

Þarna sá ég hann ljóslifandi fyrir mér. Ég sem hafði næstum gleymt hans tilvist.

Níunda hæð

„Þetta hótel er svona eins og upplifun,“ sagði Davíð, glaðvakandi, starandi upp í dimmt tómið yfir rúminu.

„Einmitt,“ muldraði Karen, einhvers staðar frá afslappaða einskinsmannslandinu milli svefns og vöku.

„Ég meina, ég held ég hafi aldrei sofið svona hátt uppi. Níunda hæð. Þetta er svolítið svakalegt. Níu hæðir.“

„Akkúrat, svakalegt.“

„Er það ekki svolítið rosalegt að þú getir fundið fyrir hæðinni, jafnvel þótt þú sért ekki að horfa út um gluggann? Maður getur bara fundið fyrir henni. Hún er í líkamanum, beinunum, iðrunum. Þessi hæðatilfinning. Hún er bara þarna til staðar.“

„Rosalegt.“

„Ég meina, hvert er málið? Hvað veldur því að við finnum svona fyrir hæðinni? Er það af því að við vitum að við erum hátt uppi og höfum séð útsýnið? Og svo málar hugurinn þessa mynd aftan á augnlokin? Eða er það þyngdaraflið? Af því að það er svo sterkt hérna uppi? Eða af því að það er svo veikt? Ég skil hreinlega ekki hvað er í gangi. Svo gæti það líka verið hljóð. Ég meina, þú heyrir hljóðið koma að neðan. Djúpt að neðan. Hljóðbylgjurnar lenda á hljóðhimnunum undir afar hvössu horni og þess vegna veit líkaminn að hljóðið hafi borist langt að neðan. Eða eitthvað svoleiðis. Gæti líka verið blanda af þessu öllu. Ég veit ekki einu sinni hvort þetta er hugrænt eða líkamlegt fyrirbrigði. Eða eitthvað stórkostlegt sálar-líkama-blandaðs-veruleika-dæmi.“

„Aha,“ muldraði Karen. „Getum við rætt þetta á morgun? Ég er svolítið þreytt.“

„Ekkert mál,“ sagði Davíð, tregur til þess að láta málið niður falla og hélt vangaveltunum áfram í huganum, einbeitti sér enn frekar að skynjuninni, skynjaði hæðina, skynjaði þyngdaraflið, varð fyrir sterkum hughrifum, hlustaði á hljóðin berast langt að neðan, fann hvernig þau lentu á hljóðhimnunni undir ókunnuglegu horni, töfrandi hvössu horni, hann hlustaði á hljóðin sem héldu honum vakandi, spenntum, áreittum, hljóðin sem hvöttu hann til að halda áfram að hugsa, hugsa í hringi, um dásemdir hæðarinnar, krafta þyngdaraflsins, undur hornafræðinnar, heillandi heim sálfræðinnar, fegurð eðlisfræðinnar,

og mátt þyngdaraflsins á ný, alltaf í hringi, þangað til á endan-
um, eftir miðnætti, að hann fann augnlokin þyngjast, og hann
sofnaði, einungis til þess að vakna nokkrum stundum síðar, á
níundu hæð, án þess að skynja neitt sérstakt, hann bara vakn-
aði eins og í hverju öðru eintóna hótelherbergi.

Ég leit til beggja átta áður en ég steig varlega yfir þröskuldinn
og út á götu. Ég hlustaði eftir fótsporum. Leiðin virtist greið.
Það var enginn á ferli og mér var óhætt að fara út úr húsi.

Ég hafði varla tekið tvö skref eftir götunni þegar ég heyrði
þyrluna sveima yfir höfði mér, endurtakandi sömu skilaboðin
hvað eftir annað.

„VIÐ BÚUM VIÐ HEILBRIGÐISVÁ... HALTU ÞIG HEIMA...
EKKI STEFNA ÖÐRUM Í HÆTTU... HALTU ÞIG HEIMA... ÞAÐ
ER SAMKOMUBANN Í GILDI... HALTU ÞIG HEIMA...“

Ég faldi mig undir breiðri trjákrónu á meðan þyrlan fór hjá,
faðmandi stofninn, skjálfandi í takt við laufin sem huldu tilvist
mína. Hafði sést til mín? Vissu þau í hvaða erindagjörðum
ég var? Gátu þau lesið hug minn? Hafði ferðalag mitt verið
tilkynnt? Var það komið í farveg? Myndi einhver leita eftir
mér? Yrði ég fjarlægður? Var ég í vandræðum?

„VIÐ BÚUM VIÐ HEILBRIGÐISVÁ... HALTU ÞIG HEIMA...
EKKI STEFNA ÖÐRUM Í HÆTTU... HALTU ÞIG HEIMA... ÞAÐ
ER SAMKOMUBANN Í GILDI... HALTU ÞIG HEIMA...“

Smám saman liðuðust skilaboðin sundur þar til þau urðu
einungis fjarlægur kliður og bergmál í kolli mér.

"VIÐ... HALTU... EKKI... HALTU... ÞAÐ... HALTU..."

Ég sleppti trénu og hélt áfram göngu minni niður götuna.
Líkaminn var stirður, skalf og hjartað sló ákaft í brjósti mér.
Hvað var ég að koma mér í?

Þegar að aðalgötunni kom tók ég eftir fleira fólki á ferli.
Það dreifði sér hér og þar yfir báðar gangstéttirnar og allir
héldu viðeigandi fjarlægð sín á milli. Sumt gekk jafnvel eftir
miðri akbrautinni. Ég fann hvernig vegfarendurnir litu á mig
þar sem ég kom mér fyrir á meðal þeirra, viðhaldandi minni
fjarlægð, eins og viðkvæm vara sem makast hægt áfram á eft-
ir einsleitum vörum á endalausu færibandi. Ég fann hugsanir
þeirra þröngva sér inn í höfuð mér.

„Hvað er hann að gera hér? Hvernig dirfist hann? Kann
hann ekki að skammast sín? Ber hann enga virðingu fyrir öðr-
um?“

Ég draup höfði, leit niður á fætur mína og horfði á þá taka
vandlega samhæfð skref eftir gangstéttinni, haldandi minni fjar-

lægð. Ég gerði mig eins lítinn og ég gat. Hélt örmunum þétt að hliðum mér. Á aðra hönd vildi ég öðlast hulinshjálm og flýja spyrjandi augnaráð nágranna minna. Á hinn bóginn vildi ég hrópa. Ég vildi gera hreint fyrir mínum dyrum.

„ÉG VIL EKKI SKAÐA NEINN. ÉG ER EKKI HÉR TIL AÐ GERA NEINUM MEIN. ÉG ER BARA AÐ FARA ÚT Í BÚÐ. MIG VANTAR EITT OG ANNAÐ Í MATINN.“

GÁLEYSISLEG HEGÐUN

„Svo... ég er leiðindapúki... of fyrirsjáanlegur... of forsjáll...
of...“ öskraði Már á eftir Lóu þegar hún rauk út og skellti úti-
dyrahurðinni á eftir sér. „Ég skal sko sýna þér gáleysislega hegð-
un... frumkvæði... Ég skal sko sýna þér...“

Már var reiður—reglulega reiður. Hann og Lóa höfðu rif-
ist einn einu sinni—ef rifrildi mætti kalla. Reiðikast Lóu væri
betri lýsing. Einræða um það hvað hún væri leið á því að búa
með honum—hversu leið hún væri á hagsýnu og kerfisbundnu
viðhorfi hans til lífsins. Hún sagðist þrá einhvern sem væri
ræðnari—einhvern sem sýndi meira frumkvæði—einhvern mann-

legri. Þannig hafði hún orðað það. Hún þráði einhvern mannlegri.

Már fann hvernig spennan magnaðist í líkamanum. Hann
fann fyrir löngun til að gera eitthvað villt—sleppa af sér beislinu. Hann þrammaði úr einu herbergi í annað, veltandi fyrir
sér hvað hann gæti gert. Hann leit í kringum sig í leit að hlut
sem hann gæti notað til að veita reiði sinni útrás—hlut sem
hann gæti notað til að losa um spennuna.

Á baðherberginu kom Már auga á tannkremstúpuna og
brjálaðar hugdettur mynduðust í höfði hans. Þú getur það,
sannfærði hann sjálfan sig. Þú ert ekki eins mikill leiðindapúki
og Lóa sakar þig um að vera. Þú getur verið framhleypinn. Þú
getur verið áræðinn. Já, þú getur það. Már tók tannkremstúpuna og kreisti hana miðja.

„Sko!“ hrópaði Már út í tómið sem Lóa hafði skilið eftir sig
í íbúðinni þegar hún fór. „Sjáðu hvað ég get gert... Ég get verið
afslappaður... Ég get verið hvatvís... Allt þarf ekkert endilega
að vera bestað.“

Már setti tannkremstúpuna aftur upp á hilluna, settist á
klósettið og tárin byrjuðu að streyma niður kinnarnar. Hann
fann fyrir létti. Hann var úrvinda. Hann fann spennuna fjara
úr líkamanum og hann slakaði á. Nokkrar mínútur liðu þar
sem hann sat og starði á baðherbergisgólfið. Honum varð síðan
aftur litið á tannkremstúpuna. Svona átti þetta ekki að vera.
Hvernig maður var hann orðinn? Þetta var ekki lífið sem hann
vildi lifa.

Már stóð upp, gekk að hillunni og kreisti tannkremstúpuna frá toppi að opi—eins og það átti að gera.

LYKT

Ég fann sterka ilmvatnslykt þegar ég steig inn á stigaganginn. Hún truflaði mig. Ég spenntist allur upp. Það var eins og ég hefði gengið á vegg. Réttara sagt eins og ég hefði gengið inn í vegg. Nýsteyptan vegg. Blaut seigfljótandi steypan umlykti mig og hélt mér í spennitreyju. Ég gat ekki hreyft mig. Ég gat ekki andað. Hnausþykk ilmvatnslyktandi steypan tróð sér inn um nefið og ofan í lungun.

Ég bandaði höndunum frá mér, náði að losa mig út steypumótunum og hljóp í loftköstum niður stigann. Þegar botninum var náð, hratt ég upp útidyrahurðinni og stökk út á gangstéttina. Út í ferska loftið. Út úr fjötrum kæfandi ilmvatnslyktarinnar. Út í frelsið. Ég dansaði í hringi á gagnstéttinni með útbreidda arma og teygði höfuðið upp í áttina að endalausum bláum ferskum himninum.

Þegar ég hafði náð andanum á ný stöðvaði ég hringekjuna, horfði beint fram á veginn og setti stefnuna á sjóinn. Göngutúr meðfram ströndinni var það sem ég þurfti á að halda þessa stundina. Ég þurfti að horfa út á sundin og fylgjast með öldunum stinga sér inn yfir fjöruna, flæða út og koma svo aftur til baka. Taktfastar og fyrirsjáanlegar.

Lífið var svo undarlegt þessa dagana. Það var svo margt að hugsa um. Það var svo margt sem þurfti að skilja.

„Ég legg til að við skoðum hvar þú ert á einhverfurófinu," hafði sálfræðingurinn sagt.

Það var viðfangsefni stundarinnar. Að brjóta þessa einföldu setningu upp í öreindir sínar og raða henni aftur saman með hliðsjón af öllu því sem ég hafði heyrt, séð og skynjað á þeim fjörutíu-og-sex árum sem ég hafði dregið andann í þessum heimi.

Lykt var ein af þeim skynjunum sem ég velti fyrir mér þessa dagana. Ég mundi ekki eftir því að hafða nokkru sinni áður fundist ilmvatnslykt uppáþrengjandi. Þessa dagana þoldi ég hana ekki. Þetta skyndilega óþol var undarlegt. Samt var það eitthvað svo sjálfsagt.

Hvað lá að baki? Var ég loksins að leyfa mér að tengja við mitt eigið lyktarskyn í stað þess að sætta mig bara þegjandi og hljóðalaust við að svona væri bara lyktin af venjulegu fólki? Var ég hættur að spegla mitt eigið lyktarskyn í því lyktarskyni sem einfaldast var að hafa til þess að falla vandræðalaust inn í umhverfi mitt?

Svarið mitt var já. Já, ég var byrjaður að lykta það sem ég raunverulega lyktaði í stað þess að lykta það sem ég ímyndaði mér að samfélagið krafðist að ég lyktaði.

Ég dró andann djúpt inn um nefið og naut þess að skynja sjávarlyktina. Namm. Þetta var lykt að mínu skapi.

Hundur í sálinni

„Hvað er það með þig og hunda?“ spurði vinurinn þar sem við sátum úti á torgi í glimrandi sólskini og sötruðum ískaffi.

„Hvað meinarðu?“ spurði ég á móti þar sem ég kom gersamlega af fjöllum og hafði svo sannarlega ekki hugmynd um það hvað hann átti við. Hundar voru ekki beint fyrir mig.

„Beit þig hundur í æsku?“

„Nei,“ ekki svo að ég myndi eftir.

„Áttir þú ástkæran hund sem mætti örlögum sínum á óvenju tragískan hátt?“

„Nei,“ því myndi ég muna eftir ef svo hefði verið.

„Langaði þig í hund en fékkst aldrei?“

„Nei,“ gæludýr höfðu aldrei verið ofarlega á mínum óskalista.

„Hvers vegna koma þá hundar alltaf svo neikvætt fyrir í sögunum þínum?“

„Ha?“ Gera þeir það?

Ég renndi huganum yfir sögurnar í smásagnasafninu sem ég hafði gefið út nokkrum vikum áður. Hundar komu jú nokkrum sinnum við sögu. Ég gat nú samt ekki séð að það hafi verið í neitt neikvæðum tón.

„Það er eins og það sé hundur í sál þinni,“ lýsti vinurinn yfir eftir smá þögn.

Þetta var undarlegasta sálgreining sem ég hafði nokkru sinni heyrt.

„Ég verð nú bara að segja eins og er að þá trúi hvorki á hunda í sálum né á sálir í hundum.“ Þetta var fyndin setning. Eitthvað sem ég gæti notað í sögu einhvern daginn.

„Sérðu! Þarna gerðir þú það aftur!“

„Hvað?“ Núna var ég gjörsamlega úti á þekju.

„Æ, það skiptir engu,“ sagði vinurinn og dæsti. „Ég myndi samt láta sérfræðing líta á þetta mál við tækifæri.“

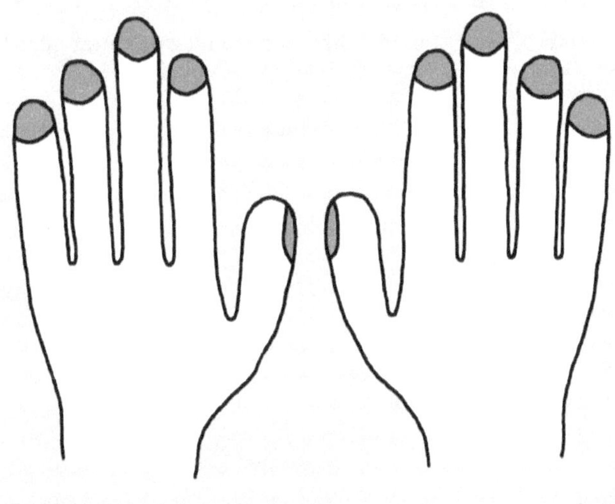

Ég skvetti köldu vatni framan í mig til þess að hressa mig við í morgunsárið. Fingurgómarnir gældu við andlitið er þeir runnu frá enni niður á höku. Ég opnaði augun og fann líkamann vakna til lífsins.

Mér var litið á hendurnar og fannst ég ekki kannast við þær—fölar, grannar og æðaberar. Gat verið að þetta væru sömu hendur og höfðu reynst mér svo vel í gegnum áratugina? Hendurnar sem höfðu unnið langa daga á smíðaverkstæðinu og skrifað heilu ljóðabálkana á myrkum vetrarkvöldum.

Ég settist við skrifborðið, tók penna í aðra hönd og hélt blaði kyrru með hinni. Orðin flæddu úr pennanum og hver ljóðlínan birtist á fætur annarri. Ég kannaðist heldur betur við rithöndina og ljóðastíllinn var sá sem ég hafði tamið mér í gegnum árin.

Þetta voru þá að öllum líkindum mínar hendur eftir allt saman.

„Gætirðu skýrt það út fyrir mér hvernig þessi kassi af Ferrero Rocher súkkulaði endaði í vasanum hjá þér?“ hreytti öryggis-vörðurinn í mig þar sem ég sat hreyfingarlaus með hendur í skauti á óþægilegum stólkolli í horni skrifstofunnar sem hann hafði til umráða. Rödd hans var hálf-kæfð vegna núningsins sem hljóðbylgjurnar áttu í mesta basli við að sigrast á á ferða-lagi sínu í gegnum þykkt efnið í hágæða andlitsgrímunni sem huldi neðrihluta andlits hans og dró vafalítið úr þeim drama-tísku áhrifum sem hann hafði haft í huga með ræðu sinni—ekki ósvipað þeim hljóðdeyfingar áhrifum sem fiðurkoddi hefur á

byssuskot eins og við sjáum svo oft í kvikmyndunum. „Áttar
þú þig á því að búðarhnupl er ekki einungis glæpur gegn þess-
ari ágætu verslanakeðju? Svo sannarlega ekki. Það er glæpur
gegn samfélaginu í heild sinni. Það er árás á grunngildi þjóðfé-
lags okkar. Traust. Það er fólk eins og þú sem eyðir traustinu
sem ríkir einstaklinga á milli í þessum heimi.“

Ég leit upp til hans og yppti öxlum án þess að svara honum
upphátt. Ég hafði engu að bæta við hans heimspekilegu grein-
ingu á mannkyninu og samskiptum þess í milli. Það hefði ekk-
ert upp á sig. Hann myndi hvort sem er ekki skilja mig. Þeir
gerðu það aldrei, hans manngerðir. Eða hvaða manngerð sem
er, ef út í það var farið. Hann myndi ekki skilja að frá mínum
sjónarhóli séð—frá mínu heimspekilega vinkli, ef hann kysi að
halda samræðunni á svo háu stigi—þá var gjörðum mínum alls
ekki beint gegn samfélaginu. Þvert á móti. Þær voru augljós-
lega mótaðar af téðu samfélagi. Það var ekki ég sem var að
brjóta niður samfélagssáttmálann. Það var samfélagssáttmál-
inn sem var að brjóta mig niður—þröngva mér út í horn.

Hefði samfélagið ekki krafist þess að ég setti upp andlits-
grímu áður en ég gengi inn í stórmarkaðinn þá hefði ekki skot-
ið niður í kolli mér þeirri dæmigerðu bíómyndasenu þar sem
bankaræningi setur á sig lambhúshettu áður en hann fer inn
í bankann. Og þegar orsök lætur á sér kræla þá er afleiðing
sjaldnast langt undan. Spurðu bara Anton Chekhov—jafnvel
þótt hann myndi réttilega saka þig um að nota hans orð í röngu
samhengi. Málið er að atburðarásin í held sinni var aldrei und-
ir minni stjórn. Það var samfélagið og þess sáttmáli sem fékk
mig til þess að líða eins og bankaræningja. Þegar samfélagið

fær mig til að líða eins og bankaræningja þá fær það mig til þess að langa að ræna banka. Og ef ekki banka, þá að minnsta kosti konfektkassa. Flóknara var það nú ekki. Ég var samt sem áður viss um að hann myndi ekki skilja það.

TIL MORGUNS

Ég legg aftur augun og dreg andann djúpt í gegnum munninn. Nefið er stíflað af kvefi. Ég finn fyrir þyngslum í brjóstinu og bólgu í kokinu. Loftið fer illa í lungun og ég hósta. Ég finn þyngslin flæða upp í höfuðið og veit að sótthitinn er ekki liðinn hjá. Flensan er enn til staðar.

Það góða er að ég veit hvernig ég get læknað mig. Ég þekki töframixtúruna—og hún er ekki flókin. Það eina sem ég þarf að gera er að sofa. Hvíla mig. Gefa líkamanum það svigrúm sem hann þarf til þess að vinna sig í gegnum þessa flensu á sinn náttúrulega máta.

★ ★ ★ ★ ★

Ég opna augun og lít á klukkuna. Það er ennþá tiltölulega snemma kvölds. Gott. Það er von. Ég sný mér á hliðina, dreg að mér fæturna og hringa mig í fósturstellingu.

Núna þarf ég bara að nýta tækifærið til þess að snúa taflinu við. Hamra á rétta hugarfarinu. Ekki endurtaka það sem ég hef gert undanfarna dagana. Ekki vakna með samviskubit yfir því að hafa ekki komið í verk því sem ég ætlaði að gera í vikunni. Ekki gráta tapaðar vinnustundir. Ekki örvænta þó öll plön mín hafi riðlast. Nú þarf ég að sofna til þess að ná þessum skít úr mér. Til þess að ná aftur tökum á tilverunni. Þess vegna fór ég snemma í háttinn. Til þess að sofna. Til þess að batna. Koma svo. Ég get þetta.

★ ★ ★ ★ ★

Ég bylti mér á bakið. Þyngslin í höfðinu leka aftur í hnakk-ann. Ég sný mér á hliðina. Þyngslin renna fram í ennið. Það er sama hvernig ég bylti mér. Ég finni ekki afslappandi stöðu. Þyngslin í höfðinu magnast. Hnúturinn í maganum herpist.

Ef ég sofna ekki strax þá mun morgundagurinn verða alveg eins eyðilagður og hinir þrír dagarnir sem ég hef sólundað í veikindi þessa vikuna. Ég mun vakna klukkan níu, lítt sofinn og fullur samviskubits. Ég mun drösla mér á fætur og reyna að koma einhverju í verk til þess að dragast ekki enn frekar aftur úr mínum plönum. Ég mun telja mér trú um að ég sé nógu hress til að vinna. Ekki nógu slappur til þess að hanga uppi í rúmi. Bara vegna þess að ég vil ekki viðurkenna að ég er ekki nógu hress. Ég mun þó koma litlu í verk þar sem höfuðið verður þungt og augnlokin enn þyngri. Eftir því sem líður á daginn mun mér einungis takast að auka enn á veikindin án þess að komast nokkuð nær markmiðum vikunnar.

Nema kannski að mér tækist að sofna fljótt. Ekki örvænta. Bara sofna.

★ ★ ★ ★ ★

Ég opna augun og lít á vekjaraklukkuna. Núll, núll, núll. Miðnætti. Ég læt höfuðið falla aftur á koddann.

Ég er ekki að höndla þetta. Ég verð að fara að sofna. Ég er glaðvakandi. Ég þarf að hætta að hafa áhyggjur af því að ná ekki fljótt bata. Kvíðinn hefur tekið yfirhöndina. Ég þarf að nota nóttina til þess að slaka á og hvíla líkamann. Ég finn alla vöðva spennta.

★ ★ ★ ★ ★

Ég rís upp við dogg, teygi mig í pappír og snýti mér. Það er alltaf sama sagan. Ég segi við sjálfan mig að næst muni ég haga mér öðruvísi. Ég muni slaka á og leyfa mér að vera veikur. Ég muni leyfa mér að sofa. Ég muni leyfa líkamanum að vinna sig í gegnum sýkinguna fljótt og örugglega—á sínum tíma. Þegar á hólminn kemur þá leyfi ég mér hins vegar aldrei að vera veikur. Ég þræla mér áfram án þess að koma nokkru almennilega í verk. Leyfi mér ekki að sofa daglangt. Leyfi mér ekki að batna.

★ ★ ★ ★ ★

Ég kasta af mér sænginni, sest upp og gríp um höfuðið. Ég höndla ekki þessa flensu lengur. Það er svo sorglegt að ég veit hvernig ég get læknað mig. Ég þarf bara að sofa.

Nú er hugsunin komin í enn einn hringinn án þess að komast að nokkru nýju sem ég vissi ekki fyrir. Það eina sem hefur þokast áfram er tíminn á ferðalagi sínu frá upphafi til endaloka. Klukkan er farin að ganga tvö. Ég er enn ekki sofnaður. Það er ekki að fara að gerast. Ég er ekki að fara að sofna í bráð. Ég er ekki að fara að vakna ferskur í fyrramálið. Öll vikan er farin í súginn.

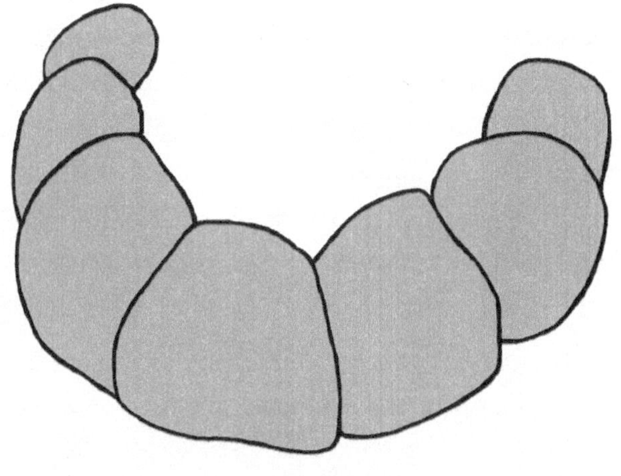

Oui

Ég settist niður á kaffihúsi til þess að fá mér morgunverð. Á morgun átti ég að halda fyrirlestur á ráðstefnu um netafræði en í dag ætlaði ég að ramba um götur Parísar og kynnast því sem borgin hefði upp á að bjóða. Ég hafði ekki neitt plan varðandi það hvert ég ætlaði. Ég ætlaði bara að rölta um og sjá hvert fæturnir bæru mig. Það eina sem ég vissi fyrir víst var að ég hafði ákveðið að reyna að haga mér ekki eins og ferðamaður. Ég ætlaði að falla inn í fjöldann og láta líta út eins og ég væri Parísarbúi.

Þjónn kom að borðinu og spurði hvað mætti bjóða mér. Ég bar fram setninguna sem ég hafði endurtekið í sífellu í huganum frá því að ég opnaði augun um morguninn.

„Croissant et café au lait,“ sagði ég eins örugglega og ég mögulega gat. Samt sem áður hljómaði setningin ekki eins vel þegar ég sagði hana upphátt og hún hafði gert í huga mér allan morguninn. Hljómfallið var annað. Stirðara. Upphátt flæddu orðin eins og grjóthlass af vörubílspalli í rigningu en ekki eins og ljúfi lækurinn á sólríkum sumardegi sem ég hafði ímyndað mér í huganum.

„Un croissant et un café crème,“ þuldi þjóninn upp um leið og hann skrifaði pöntun mína samviskusamlega í skrifblokkina sína.

Í stað þess að ganga frá borðinu og inn í eldhús til þess að afgreiða pöntunina þá hélt þjónninn kyrru fyrir og dembdi yfir mig bunu af frönskum orðum sem ég hafði ekki hugmynd um hvað þýddu. Það hafði ekki verið hluti af sviðsmyndinni sem ég hafði gert mér í hugarlund um morguninn að pöntunin innihéldi meira en einfalda beiðni og skilyrðislausa framkvæmd. Nú var um að gera að viðurkenna ekki vanmátt minn. Ekki gefast upp. Ekki tapa kúlinu. Ég varð að ímynda mér hvernig alvöru Parísarbúi myndi bregðast við.

„Oui,“ sagði ég kæruleysislega þegar þjónninn hafði lokið máli sínu.

Þjónninn kinkaði kolli, brosti og gekk í átt að eldhúsinu. Ég viðurkenndi fyrir sjálfum mér að það gæti orðið þrautinni þyngra að reyna að haga sér eins og heimamaður án þess að geta talað frönsku að nokkru ráði. Var ég hugsanlega að baka mér vandræði? Hverju hafði ég eiginlega játað? Það gat þó varla verið harla alvarlegt þar sem þjónninn hafði tekið svari mínu eins og það hefði verið alveg sjálfsagt. Ég gat því slappað af á ný og snúið mér að fyrirfram ákveðnu dagskránni.

Ég fylgdist með fólkinu á götunni og reyndi að finna eitthvað í fari þess sem ég gæti tekið upp til þess að geta blekkt fólk til þess að halda að ég væri heimamaður. Við fyrstu athugun virtist það helst vera tvennt sem einkenndi Parísarbúa. Þeir reyktu og gengu yfir götur á rauðu ljósi. Ég ákvað að láta reykingarnar eiga sig en einsetti mér að á rölti dagsins myndi ég ekki bíða eftir græna karlinum ef umferðin leyfði annað.

Það leið ekki á löngu áður en þjónninn kom til baka og lagði bolla af mjólkurkaffi og smjördeigshorn á borðið fyrir framan mig. Morgunverðurinn leit út fyrir að vera nákvæmlega eins og ég hafði gert mér í hugarlund. Jáið mitt við einræðu þjónsins virtist ekki hafa skaðað neitt—hvað sem það hafði nú verið sem ég játti. Ég ákvað að dvelja ekki við þá hugsun lengur. Ég yrði bara að ganga í gegnum lífið án þess að hafa hugmynd um það hvað þjónninn hafði sagt.

Lífið eins og það á að vera

Hún gekk eftir holóttum malarveginum inn dalinn. Sól skein í heiði og ekki bærðist strá í vindi. Fjöllin gnæfðu tignarleg yfir dalnum og eftir dalbotninum liðaðist áin. Vatnið flæddi áfram, óþreyjufullt eftir að komast út í hafsauga. Lækjarspræn-ur runnu niður hlíðarnar beggja vegna árinnar uns þær féllu saman við iðandi fljótið.

Hann gekk eftir jaðri breiðstrætisins í átt til aðaltorgsins. Sólin skein glatt og ekki bærðist hár á höfði. Beggja vegna strætisins teygðu hávaxnir turnar sig upp mót himni og eft-ir strætinu liðaðist stríður straumur fótgangandi vegfarenda á leið sinni til neðanjarðarlestarstöðvarinnar. Út úr byggingum og hliðargötum streymdi fólk sem hafði lokið sínum vinnudegi og rann saman við ólgandi mannhafið.

Hún hlustaði á niðinn frá ánni, jarmið í kindunum og söng fuglanna. Kunnugleg tungumál sem runnu saman í eina heild. Tungumál náttúrunnar. Kunnuglegt. Auðskilið.

Hann hlustaði á kliðinn frá fólkinu, þvoglumæltum unglingum, háværum ferðamönnum og hæglátum skrifstofublókum. Framandi tungumál sem runnu saman í eina heild. Tungumál borgarinnar. Framandi. Torkennilegt.

Hún steig út af veginum og rölti ofan hlíðina niður í dalbotninn. Hún naut þess að vera úti í náttúrunni. Fyrir henni var landslagið lifandi verur. Hún leit frá þúfu til steins—frá steini til þúfu. Hún heilsaði mosaskeggvöxnu stórgrýti og spurði hvort það væri nokkuð einmana í ellinni. Hún ávarpaði úfna þúfu og spurði hvort það væri ekki dásamlegt að vaxa og dafna í sólinni.

Hann færði sig frá jaðri strætisins og lét sig fljóta með mannmergðinni í átt að torginu. Hann naut þess að vera einn í fjöldanum. Fyrir honum var fólkið hluti af landslaginu. Hann leit í andlit vegfarendanna sem börðust einbeittir á móti straumnum. Hann leit í steinrunnið andlit miðaldra manns sem starði fram fyrir sig og virðist aðeins vera með hugann við að komast á næsta áfangastað í lífinu. Hann leit í glaðbeitt andlit unglingsstúlku sem talaði af innlifun út í bláinn og inn í handfrjálst símtól.

Henni leið eins og hún væri umvafin ys og þys—samofin umhverfinu sem veitti henni gagnkvæma athygli og myndaði

eina heild. Hún naut þess að hrærast í ólgandi hringiðu nátt-
úrunnar.

Honum leið eins og hann væri einn í heiminum—einangraður
frá fólkinu í kringum hann sem skeytti engu um hans tilvist.
Hann naut þess að vera einn í sæfðu mannhafinu.

Þau litu fram á veginn, brostu og hugsuðu—hún upphátt
en hann í hljóði—svona er lífið eins og það á að vera.

Börkur Sigurbjörnsson er flökkumaður af líkama og sál sem greypir heimssýn sína í stuttar sögur og sagnabrot. Hann er menntaður stærðfræðingur, rökfræðingur og tölvunarfræðingur en áhugamál hans spanna vítt svið—frá jarðfræði til stjórnmála, félagsfræði, nýsköpunar og borgarskipulags. Þetta víðsýna sjónarhorn hans á heiminn er endurspeglað í fjölbreyttum viðfangsefnum sagna hans. Börkur er fæddur og uppalinn í Reykjavík en hefur á undanförnum áratugum búið víðs vegar um Evrópu og Suður Ameríku, með langtímadvölum í Amsterdam, Barselóna, Bursheid, Düsseldorf, Lundúnum, Montevideo og París. Þó margar sögur Barkar séu sagðar frá sjónarhorni innhverfs sérvitrings þá má í þeim finna áhrif frá fjölbreyttum menningarheimum.

Meðal annars er annað örsagnasafn Barkar. Áður hefur hann gefið út örsagnasafnið *52 augnablik* (2017) og smásagnasöfnin *999 Erlendis* (2012) og *Talaðu við ókunnuga* (2019).

Börkur birtir reglulega örsögur og smásögur á vefnum *Urban Volcano*.

www.ingramcontent.com/pod-product-compliance
Lightning Source LLC
Chambersburg PA
CBHW031745150726
47989CB00006B/2604